AF519557

കളികളിലൂടെ ഗണിതം പഠിക്കാം

kalikalloode ganitham padikkam

•

palliyara sreedharan

•

first edition
march 2011

•

second edition
february 2016

•

typesetting
megha

•

published
chintha publishers, thiruvananthapuram

•

printed
repro india ltd, mumbai

•

cover
prasoon

വിതരണം

ദേശാഭിമാനി ബുക്ക് ഹൗസ്

H O തിരുവനന്തപുരം–695 035
phone: 0471-2303026, 6063026
www.chinthapublishers.com
chinthapublishers@gmail.com

ബ്രാഞ്ചുകൾ

ഹെഡ്ഡാഫീസ് ബ്രാഞ്ച് കുന്നുകുഴി • സ്റ്റാച്യു തിരുവനന്തപുരം • കെ എസ് ആർ ടി സി ബസ് സ്റ്റേഷൻ ആലപ്പുഴ • കെ എസ് ആർ ടി സി ബസ് സ്റ്റേഷൻ എറണാകുളം • മച്ചിങ്ങൽ ലെയ്ൻ തൃശൂർ • ഐ ജി റോഡ് കോഴിക്കോട് • മാവൂർ റോഡ് കോഴിക്കോട് • എൻ ജി ഒ യൂണിയൻ ബിൽഡിങ് കണ്ണൂർ • സെൻട്രൽ ബസ് ടെർമിനൽ കോംപ്ലക്സ് താവക്കര കണ്ണൂർ

CR - 1487 / 3850
ISBN - 978-93-85045-94

കളികളിലൂടെ ഗണിതം പഠിക്കാം

പള്ളിയറ ശ്രീധരൻ

ചിന്ത പബ്ലിഷേഴ്സ്
തിരുവനന്തപുരം–695 035

പള്ളിയറ ശ്രീധരൻ

1950 ജനുവരി 17ന് കണ്ണൂർ ജില്ലയിലെ എടയന്നൂരിനടുത്ത് ജനിച്ചു. കൂടാളി ഹൈസ്കൂളിൽ അധ്യാപകനായിരുന്നു. ഡൽഹിയിൽനിന്ന് ഓറിയന്റേഷൻ കോഴ്സ് (CCRT), റിസോഴ്സ് പേഴ്സൺ ട്രെയിനിങ് കോഴ്സ് (NCERT) എന്നിവയടക്കം നിരവധി കോഴ്സുകളിലും സെമിനാറുകളിലും പങ്കെടുത്തിട്ടുണ്ട്. കേരള വിദ്യാഭ്യാസവകുപ്പ് സംസ്ഥാനാടിസ്ഥാനത്തിൽ നടത്തിയ ഗണിതശാസ്ത്ര പഠനോപകരണ നിർമാണമത്സരത്തിൽ സമ്മാനം നേടിയിട്ടുണ്ട്. പാഠപുസ്തക രചനയിൽ സംസ്ഥാന വിദ്യാഭ്യാസ ഇൻസ്റ്റിറ്റ്യൂട്ടിനു വേണ്ടിയും NCERTക്ക് വേണ്ടിയും സഹകരിച്ചിട്ടുണ്ട്. ബാലസാഹിത്യത്തിലെ സമഗ്രസംഭാവനയ്ക്കുള്ള കേരള സർക്കാരിന്റെ അവാർഡ്, സുഭദ്രാകുമാരി ചൗഹാൻ ജന്മശതാബ്ദി പുരസ്കാരം, ഹൈസ്കൂൾ അധ്യാപകർക്കുള്ള സംസ്ഥാന അവാർഡ്, സംസ്ഥാന ബാലസാഹിത്യ ഇൻസ്റ്റിറ്റ്യൂട്ടിന്റെ വൈജ്ഞാനിക സാഹിത്യ അവാർഡ് (*സംഖ്യകളുടെ കഥ*), കേരള സാഹിത്യ അക്കാദമി അവാർഡ് (*പൂജ്യത്തിന്റെ കഥ*), ആശ്രയ ബാലസാഹിത്യ അവാർഡ് (*അത്ഭുതസംഖ്യകൾ*), അധ്യാപക കലാസാഹിത്യ സമിതി അവാർഡ് (*സംഖ്യകളുടെ ജാലവിദ്യകൾ*), സമന്വയ ബാലസാഹിത്യ അവാർഡ് എന്നിവ നേടിയിട്ടുണ്ട്. ഗണിതശാസ്ത്രവുമായി ബന്ധപ്പെട്ട നൂറോളം കൃതികൾ രചിച്ചിട്ടുണ്ട്.

വിലാസം : പള്ളിയറ ശ്രീധരൻ
വാരം, കണ്ണൂർ– 670 594
Ph: 0497-2721526
www.palliyarasreedharan.com

പ്രസാധകക്കുറിപ്പ്

ഗണിതശാസ്ത്രം ജീവിതത്തിന്റെ അഭേദ്യഭാഗമാണ്. അത് കേവലം സൈദ്ധാന്തികനിഗമനങ്ങളല്ല, മറിച്ച് പ്രായോഗികവും മൂർത്തവുമായ അറിവാണ്. കണ്ണുതുറന്നാൽ നാം കാണുന്ന എല്ലാ രൂപങ്ങളിലും ഗണിതത്തിന്റെ മൂർത്തമായ അളവുകളുണ്ട്. വിജ്ഞാനത്തിന്റെ എല്ലാ ശാഖകളിലും ഗണിതശാസ്ത്രത്തിന്റെ സ്വാധീനം സജീവമാണ്. ഗണിതശാസ്ത്രം വിദ്യാർഥികൾക്ക് സങ്കീർണവിഷയമായി അനുഭവപ്പെടുന്നതിന് അടിസ്ഥാനപരമായ പല കാരണങ്ങളുമുണ്ട്. ഒന്ന്, ബോധനരീതിയിലെ കൊളോണിയൽ മാതൃകകളാണ്. രണ്ട്, ഗണിതശാസ്ത്രത്തെ ഭാവന ആവശ്യമില്ലാത്ത വിഷയമായി പരിഗണിക്കുന്ന പരമ്പരാഗത സങ്കൽപ്പനമാണ്. യുക്തിപരമായ അറിവിന്റെ ശാസ്ത്രമെന്ന നിലയിൽ ഗണിതത്തെ സമീപിക്കുന്ന ദാർശനികമായ ഉൾക്കാഴ്ചയുടെ അഭാവമാണ് ഇന്ന്, ഗണിതശാസ്ത്രമേഖലയിൽ കാണുന്നത്. അതുകൊണ്ടുതന്നെ പലവിധ അന്ധവിശ്വാസങ്ങളും ശാസ്ത്രമെന്നപേരിൽ പ്രചരിപ്പിക്കുന്നു. ചിന്ത പബ്ലിഷേഴ്സ് പ്രസിദ്ധീകരിക്കുന്ന *കളികളിലൂടെ ഗണിതം പഠിക്കാം* എന്ന ഈ പുസ്തകം ഗണിതശാസ്ത്രത്തെ രസകരമായി സമീപിക്കാൻ വിദ്യാർഥികൾക്ക് സഹായകരമാണ്. ശ്രീ. പള്ളിയറ ശ്രീധരൻ രചിച്ച ഈ ഗ്രന്ഥം സന്തോഷപൂർവം വായനക്കാർക്കായി സമർപ്പിക്കുന്നു.

ചിന്ത പബ്ലിഷേഴ്സ്

മുഖവുര

പ്രപഞ്ചം സൃഷ്ടിക്കപ്പെട്ടിട്ടുള്ളത് ജ്യാമിതി ഉപയോഗിച്ചാണ് എന്ന് പ്രസിദ്ധ ചിത്രകാരൻ ലിയനാർഡോ ഡാവിഞ്ചി അഭിപ്രായപ്പെട്ടിട്ടുണ്ട്. പ്രകൃതിയിലെ ഏത് പ്രതിഭാസത്തിലും നമുക്ക് ഗണിതം കണ്ടെത്താൻ കഴിയും. അതുകൊണ്ടാണല്ലോ ലോകം സംഖ്യാമയമാണെന്ന് ഗണിതശാസ്ത്രത്തിന്റെ പിതാവായി അറിയപ്പെടുന്ന പൈതഗോറസ് പ്രഖ്യാപിച്ചത്.

ആധുനികകാലത്ത് ഗണിതശാസ്ത്രത്തിന്റെ പ്രാധാന്യം നാൾക്കുനാൾ വർധിച്ചുകൊണ്ടിരിക്കുകയാണ്. കമ്പ്യൂട്ടറിന്റെ ആധിപത്യവും ഡിജിറ്റൽ സാങ്കേതികതയുടെ സ്വാധീനവും ഗണിതത്തെ ആശ്രയിച്ചാണിരിക്കുന്നത്. ജീവിതത്തിന്റെ ഏത് മേഖലകളിൽ വിജയിക്കണമെങ്കിലും ഗണിതശേഷി അത്യാവശ്യമാണ്. മറ്റെല്ലാ ശേഷികളെപ്പോലെ ഗണിതശേഷിയും പ്രയോഗത്തിലൂടെ, പരിശീലനത്തിലൂടെ മാത്രമേ വർധിപ്പിക്കാൻ കഴിയൂ. ഇതിന് ഗണിതകേളികൾക്കുള്ള പ്രാധാന്യം വളരെ വലുതാണ്.

ഒരേ വലിപ്പമുള്ള കമ്പുകളും കല്ലുകളും ഉപയോഗിച്ച് ധാരാളം കളികൾ ലോകത്തിന്റെ മിക്കവാറും പ്രദേശങ്ങളിൽ നൂറ്റാണ്ടുകളായി പ്രചാരത്തിലുണ്ട്. മിക്ക കളികളും, ഗണിതത്തെ അടിസ്ഥാനമാക്കിയാണ്. തീപ്പെട്ടിക്കമ്പുകൾ വ്യാപകമായതോടെ കമ്പുകൾക്കുപകരം ഇവ ഉപയോഗത്തിലായി.

വലിയ ചെലവില്ലാതെ എളുപ്പത്തിൽ സംഘടിപ്പിക്കാവുന്ന വസ്തു, എല്ലായിടത്തും സുലഭം. കളിക്ക് ഉപയോഗിച്ച് കഴിഞ്ഞാൽ പാഴാകാതെ ഉപയോഗിക്കാം. ഒരേ വലിപ്പത്തിലും ആകൃതിയിലും ലഭ്യമായതുകൊണ്ടാണ് തീപ്പെട്ടിക്കമ്പു ഉപയോഗിച്ചുള്ള കളി വ്യാപകമാവാൻ കാരണം. വളരെ ലഘുവായ കളിമുതൽ സങ്കീർണമായ കളികൾവരെ ഇതുകൊണ്ട്

സാധിക്കുന്നതും ഇതിന്റെ മേന്മയാണ്. ഏകാഗ്രമായി ചിന്തിക്കാനും ബുദ്ധി വികസിപ്പിക്കാനും മത്സരത്തിൽ ജയിച്ച് മാനസികോല്ലാസം നേടാനും സ്വന്തം കഴിവ് പ്രകടിപ്പിക്കാനുമൊക്കെ ഈ കളികൊണ്ട് സാധിക്കും. ഒഴിവുവേളകളിൽ കൂട്ടുകാരുമൊത്ത് ഇത്തരം കളികളിൽ ഏർപ്പെടുന്നത് സമയം ശരിയായ രീതിയിൽ വിനിയോഗിക്കാൻ സഹായിക്കും. മുഷിപ്പില്ലാതെ, സന്തോഷത്തോടെ സമയം ചെലവഴിക്കാൻ സാധിക്കും എന്ന് മാത്രമല്ല ഭാവനാശക്തിയും ചിന്താശക്തിയും ഉദ്ദീപിപ്പിക്കാനും സഹായിക്കും. തീപ്പെട്ടിക്കമ്പുകൊണ്ടുള്ള ചില കളികൾ നമുക്ക് പരിചയപ്പെടാം.

തീപ്പെട്ടിക്കമ്പുകൾ ഉപയോഗിച്ചുള്ള കളികൾ ആരംഭിക്കുന്നതിനു മുമ്പ് ചില ചെറിയ നിബന്ധനകൾ എപ്പോഴും പാലിക്കേണ്ടതുണ്ട്.

എല്ലാ കമ്പുകൾക്കും ഒരേ വലിപ്പം ഉണ്ടായിരിക്കണം. അൽപ്പം വ്യത്യാസമുണ്ടായാൽ തന്നെ ആ വ്യത്യാസം പരിഗണിക്കരുത്. കമ്പുകൾ വളയ്ക്കുകയോ മുറിക്കുകയോ ചെയ്യരുത്.

തീപ്പെട്ടിക്കമ്പുകൾക്കുപകരം ഒരേ വലിപ്പമുള്ള ആണികളോ, മൊട്ടുസൂചികളോ, മറ്റേതെങ്കിലും അനുയോജ്യമായ വസ്തുക്കളോ ഉപയോഗിക്കാം.

കളികൾ അഥവാ ചോദ്യങ്ങൾ

1
ആറുകൊണ്ട് അഞ്ച്

നീളവും വീതിയും തുല്യമായ നാല് വശങ്ങളുള്ള ഒരു ജ്യാമിതീയ രൂപമാണല്ലോ സമചതുരം. ഒരു സമചതുരം ചിത്രത്തിൽ കാണാം.

ഒരു സമചതുരം നിർമിക്കാൻ നാല് തീപ്പെട്ടിക്കമ്പുകൾ ആവശ്യമാണെന്ന് കാണാം. ആറ് തീപ്പെട്ടിക്കമ്പുകൾ ഉപയോഗിച്ച് നിങ്ങൾക്ക് അഞ്ച് സമചതുരങ്ങൾ നിർമിക്കാൻ സാധിക്കുമോ?

2

മൂന്ന് മാറ്റുക അഞ്ചാക്കുക

ഇരുപത് തീപ്പെട്ടിക്കമ്പുകൾ ഉപയോഗിച്ച് ഒരേപോലുള്ള ഏഴ് സമചതുരങ്ങൾ നിർമിക്കുന്നത് താഴെ ചിത്രത്തിൽ കൊടുത്തിരിക്കുന്നു.

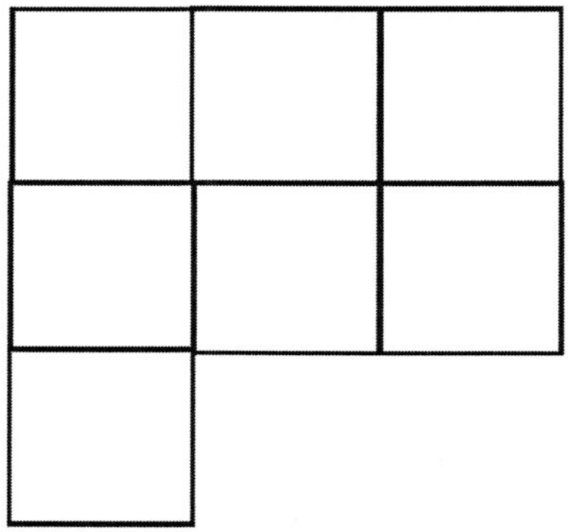

ഇതിൽ നിന്ന് മൂന്ന് കമ്പുകളുടെ സ്ഥാനം മാറ്റി ഒരേപോലുള്ള അഞ്ച് സമചതുരങ്ങളാക്കാമോ?

3

നാല് മാറ്റുക മൂന്നാക്കുക

24 തീപ്പെട്ടിക്കമ്പുകൾ ഉപയോഗിച്ച് രണ്ട് സമചതുരങ്ങൾ നിർമിക്കുന്നത് താഴെ ചിത്രത്തിൽ കൊടുത്തിരിക്കുന്നു.

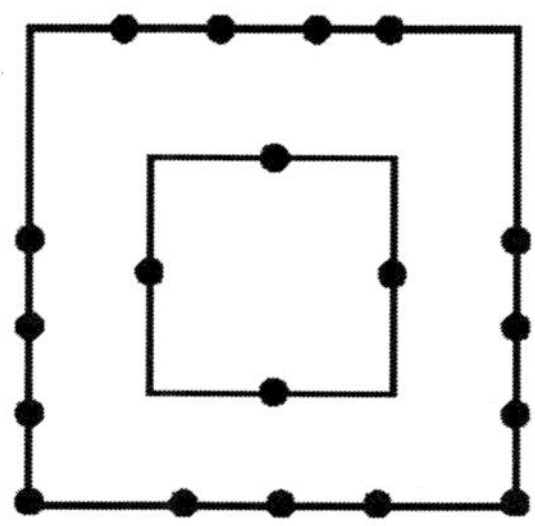

നാല് തീപ്പെട്ടിക്കമ്പുകളുടെ സ്ഥാനം മാറ്റി മൂന്ന് സമചതുരങ്ങൾ നിർമിക്കാമോ?

4

മൂന്ന് മാറ്റുക, അഞ്ചാക്കുക

പന്ത്രണ്ട് കമ്പുകൾ ഉപയോഗിച്ച് മൂന്ന് സമചതുരങ്ങൾ നിർമിച്ചിരിക്കുന്നത് താഴെ ചിത്രത്തിൽ കാണാം.

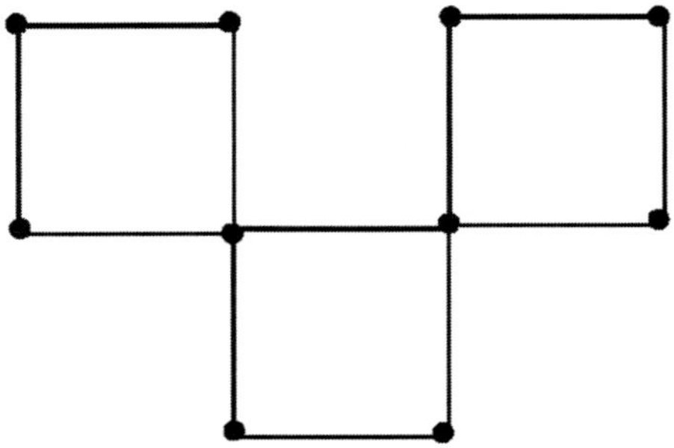

ഇവയിൽ മൂന്ന് കമ്പുകളുടെ സ്ഥാനം മാറ്റി അഞ്ച് സമചതുരങ്ങൾ നിർമിക്കാമോ?

5

ഒമ്പതുകൊണ്ട് അഞ്ച് ത്രികോണം

മൂന്ന് വശങ്ങളുള്ള ജ്യാമിതീയ രൂപമാണല്ലോ ത്രികോണം. ത്രികോണത്തിന്റെ വശങ്ങളുടെ നീളങ്ങൾ തുല്യമായാൽ ത്രികോണം സമഭുജ ത്രികോണം എന്നറിയപ്പെടും. ഒരു സമഭുജത്രികോണത്തിന്റെ ചിത്രം താഴെ കൊടുക്കുന്നു.

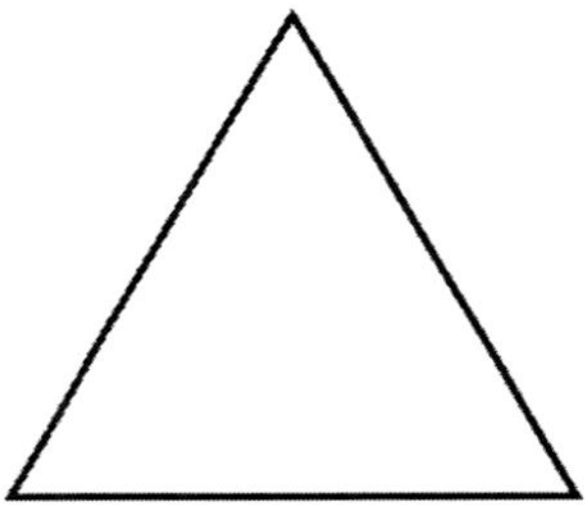

ഒമ്പത് കമ്പുകൾ ഉപയോഗിച്ച് അഞ്ച് സമഭുജത്രികോണങ്ങൾ നിർമിക്കാൻ സാധിക്കുമോ?

6
അഞ്ചിൽ നിന്ന് നാലുകുറച്ചാൽ ഏഴോ?

പന്ത്രണ്ട് തീപ്പെട്ടിക്കമ്പുകൾ ഉപയോഗിച്ച് ഒരു സമവാക്യം എഴുതിയിരിക്കുന്നത് ശ്രദ്ധിക്കുക.

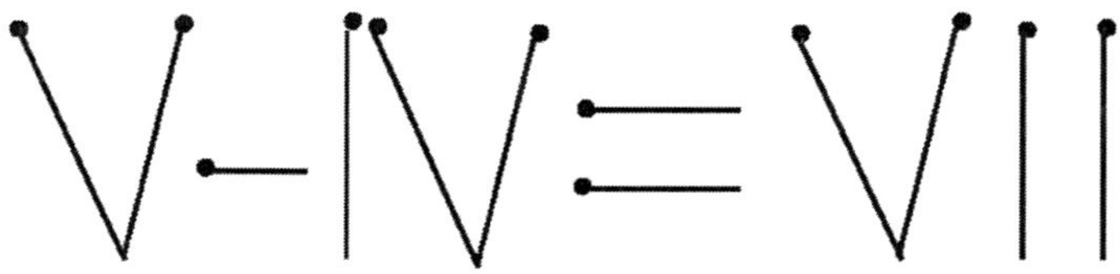

5−4=7 എന്ന് ഇത് അർഥമാക്കുന്നു. തീർച്ചയായും ഇത് ശരിയല്ല എന്ന് നമുക്കറിയാം. ഒരു കമ്പിന്റെ മാത്രം സ്ഥാനം മാറ്റി ഈ സമവാക്യം ശരിയാക്കാമോ? സമചിഹ്നത്തിന് യാതൊരു മാറ്റവും വരുത്തരുത്.

7
ആറുകൊണ്ട് നാല് ത്രികോണം

ഒമ്പത് കമ്പുകൾ ഉപയോഗിച്ച് നിങ്ങൾ അഞ്ച് സമഭുജ ത്രികോണങ്ങൾ നിർമിച്ചുവല്ലോ. ആറ് കമ്പുകൾ താഴെ തന്നിരിക്കുന്നു. എങ്ങനെ നാല് സമഭുജത്രികോണങ്ങൾ നിർമിക്കാം?

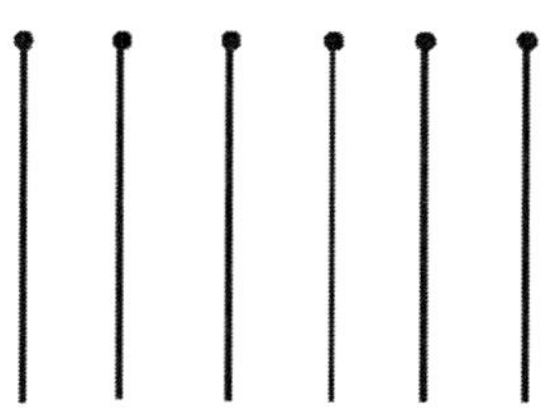

ഈ പ്രശ്നം പരിഹരിക്കാൻ ആവശ്യമാണെങ്കിൽ മറ്റൊരാളുടെ സഹായം തേടാം.

8

ഒന്നുമില്ലാതാക്കാം

ആറ് തീപ്പെട്ടിക്കമ്പുകൾ താഴെ തന്നിരിക്കുന്നു.

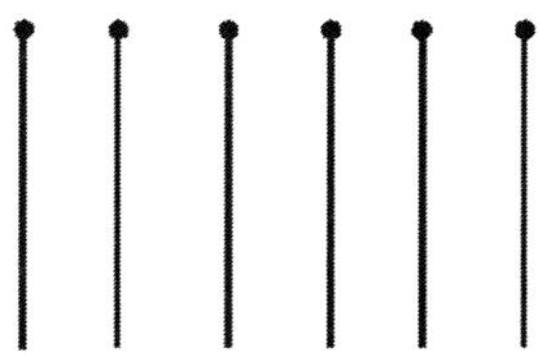

ഇവയിൽ രണ്ട് കമ്പിന്റെ മാത്രം സ്ഥാനംമാറ്റി എങ്ങനെ 'ഒന്നുമില്ലാ'താക്കാം?

9

അഞ്ച് മൂന്നാക്കുക

പതിനേഴ് തീപ്പെട്ടിക്കമ്പുകൾ ഉപയോഗിച്ച് ഒരേ വലിപ്പമുള്ള ആറ് സമചതുരങ്ങൾ നിർമിച്ചിട്ടുള്ളത് താഴെ കൊടുക്കുന്നു.

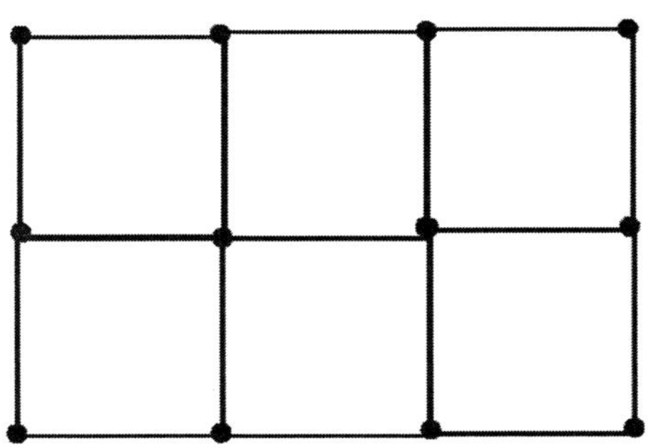

ഇതിൽ നിന്നും അഞ്ച് കമ്പുകൾ നീക്കം ചെയ്ത് മൂന്ന് സമചതുരങ്ങളാക്കാമോ?

10
ഒന്നിൽ നിന്ന് ഒന്നു കുറച്ചാൽ?

ഏഴ് തീപ്പെട്ടിക്കമ്പുകൾ ഉപയോഗിച്ച് ഉണ്ടാക്കിയ ഒരു സമവാക്യം താഴെ കൊടുക്കുന്നു.

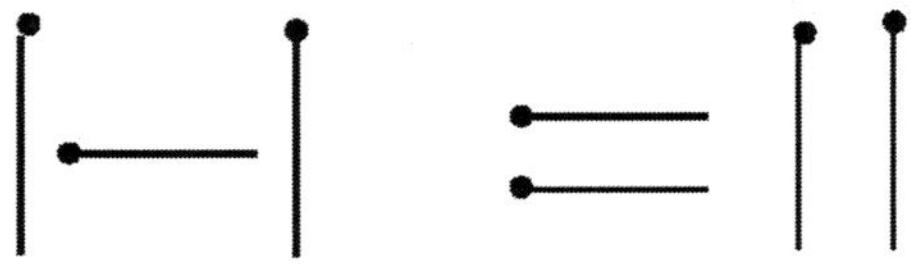

ഒന്നിൽ നിന്ന് ഒന്ന് കുറച്ചാൽ രണ്ട് കിട്ടും എന്നാണല്ലോ ഇത് സൂചിപ്പിക്കുന്നത്. ഇത് തെറ്റാണെന്ന് നമുക്കറിയാം. ഒരു കമ്പിന്റെ മാത്രം സ്ഥാനം മാറ്റി ഇതെങ്ങനെ ശരിയാക്കാം?

11
മൂന്നെത്ര?

ഒമ്പത് കമ്പുകൾ ഉപയോഗിച്ച് ഒരു സമവാക്യം തയാറാക്കിയിരിക്കുന്നത് താഴെ കൊടുക്കുന്നു.

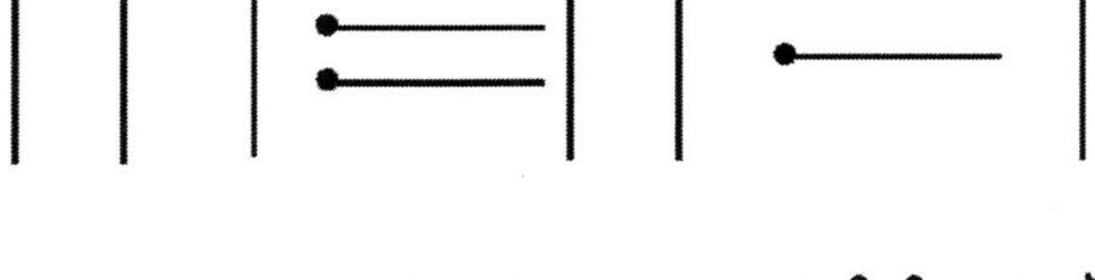

3=2–1 എന്നാണല്ലോ ഈ സമവാക്യം സൂചിപ്പിക്കുന്നത്. 3 എന്നത് 2–1 ന് തുല്യമല്ല എന്ന് നമുക്കറിയാം. ഒരു കമ്പിന്റെ മാത്രം സ്ഥാനം മാറ്റി ഇതെങ്ങനെ ശരിയാക്കാം?

12
എല്ലാവരും തൊടണം

ആറ് തീപ്പെട്ടിക്കമ്പുകൾ താഴെ തന്നിരിക്കുന്നു

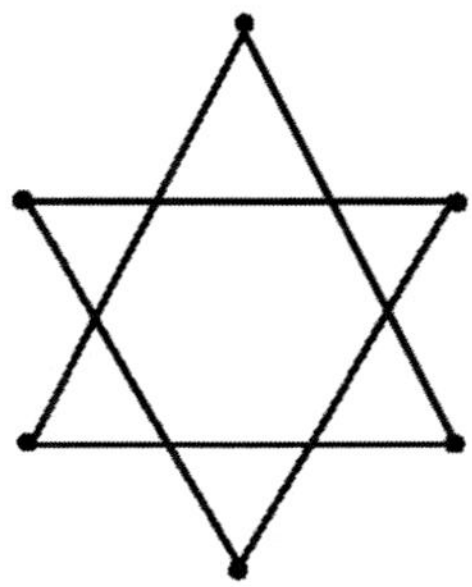

ഇവിടെ ചില കമ്പുകൾ പരസ്പരം സ്പർശിക്കുന്ന രീതിയിലാണ് ക്രമീകരിച്ചിരിക്കുന്നത്. ആറു കമ്പുകളിൽ നാലെണ്ണം പരസ്പരം സ്പർശിക്കുന്നുണ്ട്. ഏത് കമ്പ് പരിശോധിച്ചാലും മറ്റ് മൂന്ന് കമ്പുകൾ മാത്രമേ സ്പർശിക്കപ്പെടുന്നുള്ളൂ. എല്ലാ കമ്പുകളും പരസ്പരം സ്പർശിക്കത്തക്ക രീതിയിൽ കമ്പുകൾ ക്രമീകരിക്കാമോ?

13
സമചതുരം നിർമിക്കുക

നാലുകമ്പുകൾ ഒരു ക്രോസ് ആകൃതിയിൽ ക്രമീകരിച്ചിരിക്കുന്നത് ശ്രദ്ധിക്കുക.

നാലു കമ്പുകൾ ഉപയോഗിച്ച് ഒരു സമചതുരം നിർമിക്കുക എളുപ്പമാണ്. മുകളിലുള്ള നാല് കമ്പുകൾ ഉപയോഗിച്ച് ഒരു സമചതുരം നിർമിക്കണം. പക്ഷേ, ഒരു കമ്പിന് മാത്രമേ സ്ഥാനമാറ്റം പാടുള്ളൂ. മറ്റ് മൂന്ന് കമ്പുകൾക്കും യാതൊരു സ്ഥാനമാറ്റവും പാടില്ല. ശ്രമിച്ചുനോക്കൂ.

14
ദിശമാറ്റുക

എട്ട് തീപ്പെട്ടിക്കമ്പുകൾ ഒരു മത്സ്യത്തിന്റെ ആകൃതിയാൽ ക്രമീകരിച്ചിരിക്കുന്നത് താഴെ കൊടുത്തിരിക്കുന്നു.

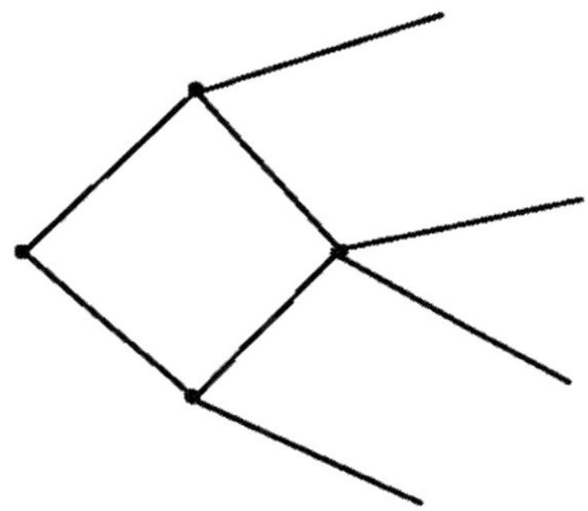

രണ്ട് കമ്പിന്റെ മാത്രം സ്ഥാനം മാറ്റി മത്സ്യത്തിന്റെ സഞ്ചാരദിശ മാറ്റാമോ?

15
എതിർദിശയിലാക്കുക

എട്ട് തീപ്പെട്ടിക്കമ്പുകൾ ഉപയോഗിച്ച് നിർമിച്ച ഒരു മത്സ്യത്തിന്റെ രൂപം താഴെ കൊടുക്കുന്നു.

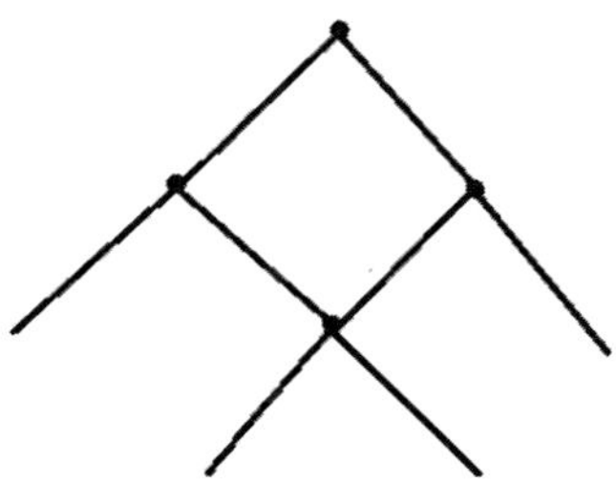

ഇതിന്റെ സഞ്ചാരദിശ മുകളിലേക്കാണല്ലോ. നാല് കമ്പുകളുടെ സ്ഥാനം മാറ്റി ഇതിന്റെ സഞ്ചാരദിശ താഴേക്ക് മാറ്റാമോ?

16
പതിനൊന്നും ഒന്നും പത്താണോ?

പത്ത് തീപ്പെട്ടിക്കമ്പുകൾ കൊണ്ട് ഒരു സമവാക്യം നിർമിച്ചിരിക്കുന്നത് താഴെ കൊടുക്കുന്നു.

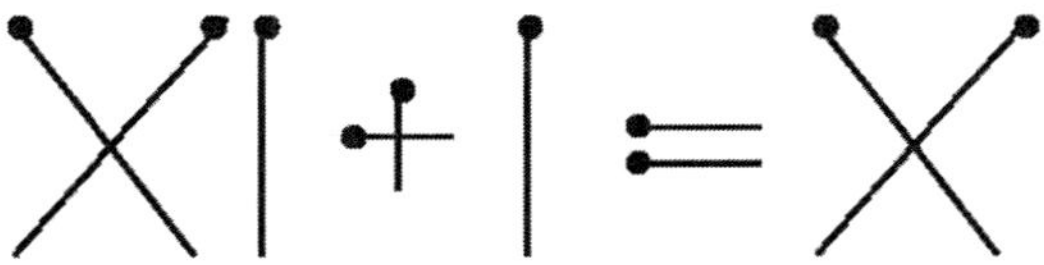

11+1=10 എന്ന് ഇത് വായിക്കാം. ഈ സമവാക്യം ശരിയല്ല എന്ന് നമുക്കറിയാം; തീപ്പെട്ടിക്കമ്പുകളുടെ സ്ഥാനത്തിന് യാതൊരു മാറ്റവും വരുത്താതെ, ഒന്നും കൂട്ടിച്ചേർക്കാതെ ഇതെങ്ങനെ ശരിയാക്കാം?

17
ഷഡ്ഭുജം വേണ്ട

പതിനെട്ട് തീപ്പെട്ടിക്കമ്പുകൾ ഉപയോഗിച്ചുള്ള ഒരു ചിത്രം താഴെ കൊടുത്തിരിക്കുന്നത് ശ്രദ്ധിക്കുക

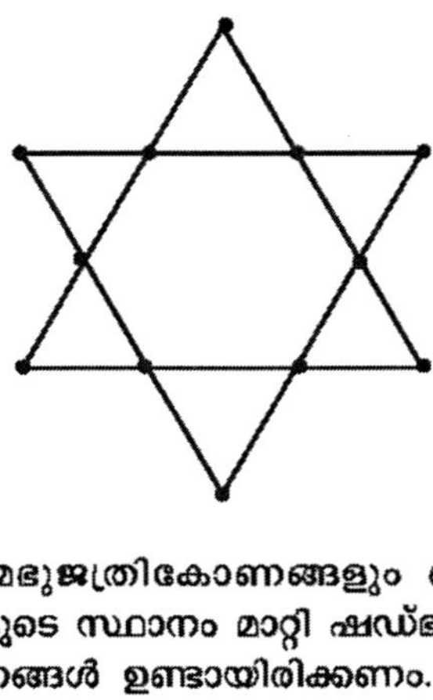

ഇതിൽ ആറ് സമഭുജത്രികോണങ്ങളും ഒരു സമഷഡ്ഭുജവും കാണാം. രണ്ട് കമ്പുകളുടെ സ്ഥാനം മാറ്റി ഷഡ്ഭുജം നീക്കം ചെയ്യണം. ആറ് സമഭുജത്രികോണങ്ങൾ ഉണ്ടായിരിക്കണം. ശ്രമിച്ചുനോക്കൂ.

18

നാലു മാറ്റുക അഞ്ചാക്കുക

പന്ത്രണ്ട് തീപ്പെട്ടിക്കമ്പുകൾ ഉപയോഗിച്ച് മൂന്ന് സമചതുരങ്ങൾ നിർമിച്ചിട്ടുള്ളത് താഴെ ചിത്രത്തിൽ കൊടുത്തിരിക്കുന്നു.

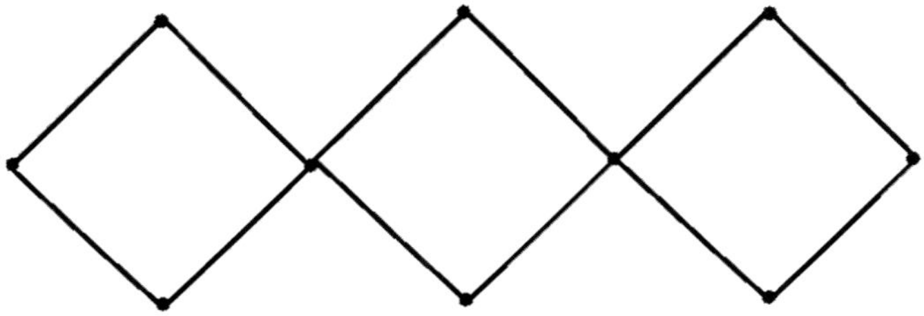

നാലു കമ്പുകളുടെ സ്ഥാനം മാറ്റി അഞ്ച് സമചതുരങ്ങൾ നിർമിക്കാമോ?

19

രണ്ട് മാറ്റുക ഏഴാക്കുക

പന്ത്രണ്ട് കമ്പുകൾ ഉപയോഗിച്ച് അഞ്ച് സമചതുരങ്ങൾ നിർമിച്ചിരിക്കുന്നത് താഴെ കൊടുക്കുന്നു.

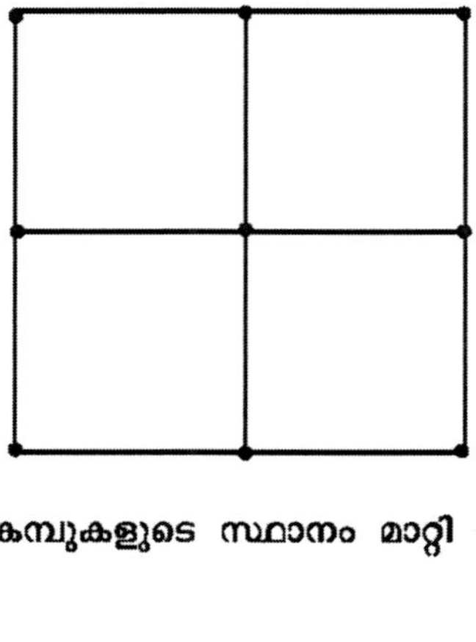

ഇതിൽ രണ്ട് കമ്പുകളുടെ സ്ഥാനം മാറ്റി ഏഴ് സമചതുരങ്ങൾ നിർമിക്കാമോ?

20

രണ്ട് മാറ്റുക രണ്ടാക്കുക

പന്ത്രണ്ട് തീപ്പെട്ടിക്കമ്പുകൾ ഉപയോഗിച്ച് അഞ്ച് സമചതുരങ്ങൾ നിർമിച്ചിട്ടുള്ളത് താഴെ കൊടുക്കുന്നു.

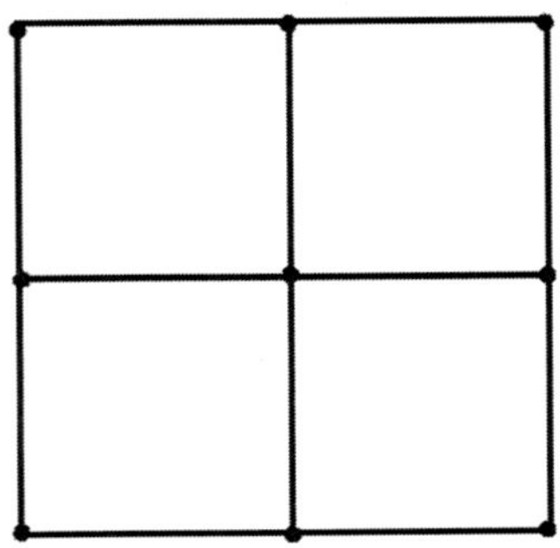

ഇതിൽ നിന്നും രണ്ട് കമ്പുകൾ മാറ്റി സമചതുരങ്ങളുടെ എണ്ണം രണ്ട് ആക്കാമോ?

21

ദിശമാറ്റുക

പത്ത് കമ്പുകൾ ഉപയോഗിച്ച് ഒരു അമ്പിന്റെ രൂപം ചിത്രത്തിൽ കാണാം. ഇടത്തുനിന്ന് വലത്തേക്കാണ് ഈ അമ്പിന്റെ സഞ്ചാരദിശ സൂചിപ്പിക്കുന്നത്. നാല് കമ്പുകളുടെ സ്ഥാനം മാറ്റി അമ്പിന്റെ സഞ്ചാര ദിശ എതിർദിശയിലേക്ക് മാറ്റാമോ?

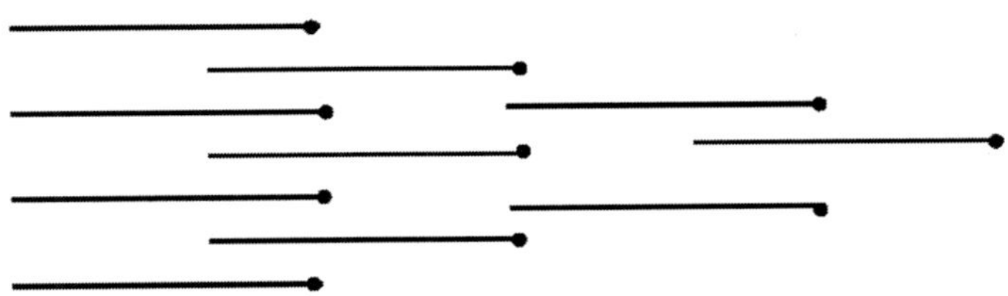

22
രണ്ട് നാലാക്കുക

ആറ് തീപ്പെട്ടിക്കമ്പുകൾ ഉപയോഗിച്ച് രണ്ട് ത്രികോണങ്ങൾ തന്നിരിക്കുന്നു.

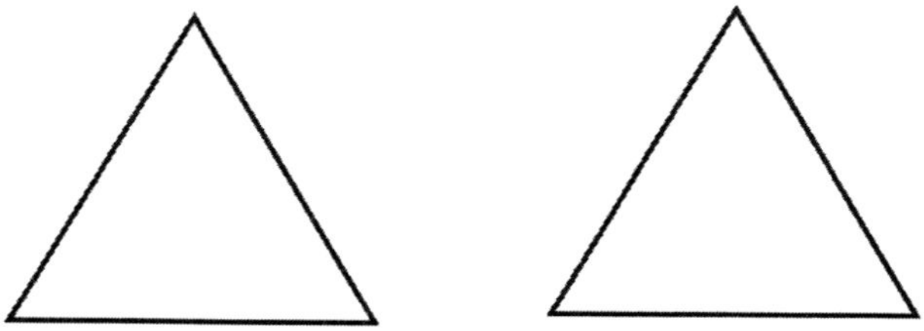

ഒരു കമ്പിന്റെ മാത്രം സ്ഥാനം മാറ്റി നാല് ത്രികോണമാക്കുക.

23
ആറ് മൂന്നാക്കുക

പന്ത്രണ്ട് കമ്പുകൾ ഉപയോഗിച്ച് ഒരു ഹെക്സഗൺ നിർമിച്ചിരിക്കുന്നത് താഴെ കൊടുക്കുന്നു.

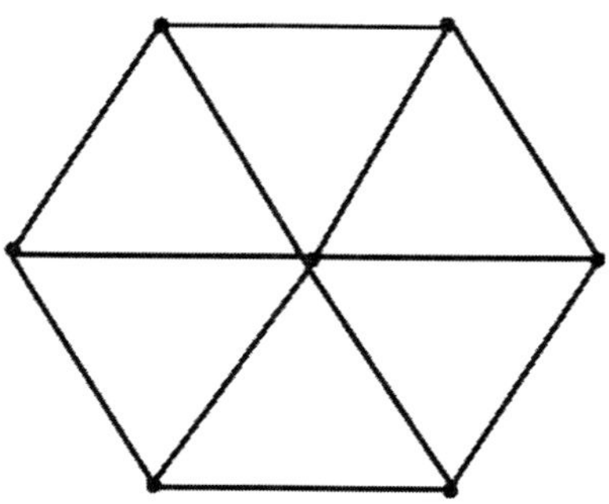

ഇപ്പോൾ ഇതിൽ ആറ് സമഭുജത്രികോണങ്ങൾ ഉണ്ട്. നാല് കമ്പുകളുടെ സ്ഥാനം മാറ്റി സമഭുജത്രികോണങ്ങളുടെ എണ്ണം മൂന്നാക്കാമോ?

24
മൂന്ന് ചേർക്കുക, മൂന്നാക്കുക

പത്ത് കമ്പുകൾ ഉപയോഗിച്ചുള്ള ഒരു രൂപം താഴെ കൊടുക്കുന്നു.

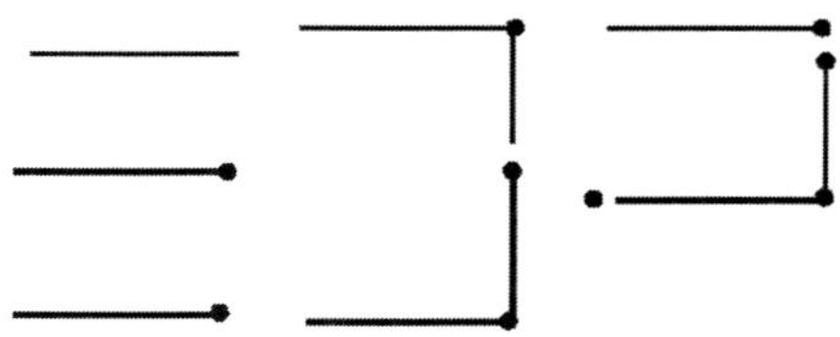

ഇതിൽ മൂന്ന് കമ്പുകൾ ചേർക്കുക. മൂന്ന് സമചതുരങ്ങൾ ഉണ്ടാവണം. ശ്രമിച്ചുനോക്കൂ.

25
മൂന്ന് നാലാക്കുക

ഒമ്പത് തീപ്പെട്ടിക്കമ്പുകൾ ഉപയോഗിച്ച് മൂന്ന് സമഭുജത്രികോണങ്ങൾ നിർമിച്ചിരിക്കുന്നു.

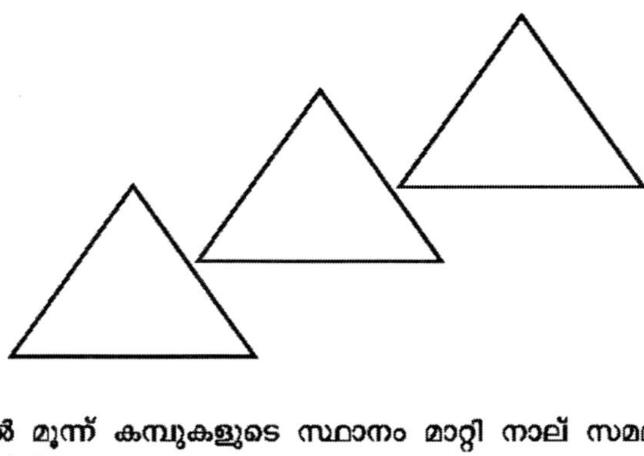

ഇതിൽ മൂന്ന് കമ്പുകളുടെ സ്ഥാനം മാറ്റി നാല് സമഭുജത്രികോണങ്ങൾ നിർമിക്കാമോ?

26
തുല്യമായി ഭാഗിക്കുക

എട്ട് കമ്പുകൾ ഉപയോഗിച്ചുള്ള ഒരു സമചതുരം താഴെ തന്നിരിക്കുന്നു. കൂടാതെ നാലുകമ്പുകളും. ഈ നാലുകമ്പുകൾ ഉപയോഗിച്ച് തന്നിരിക്കുന്ന സമചതുരത്തെ തുല്യ വിസ്തീർണമുള്ള രണ്ട് ഭാഗങ്ങളാക്കി മാറ്റണം.

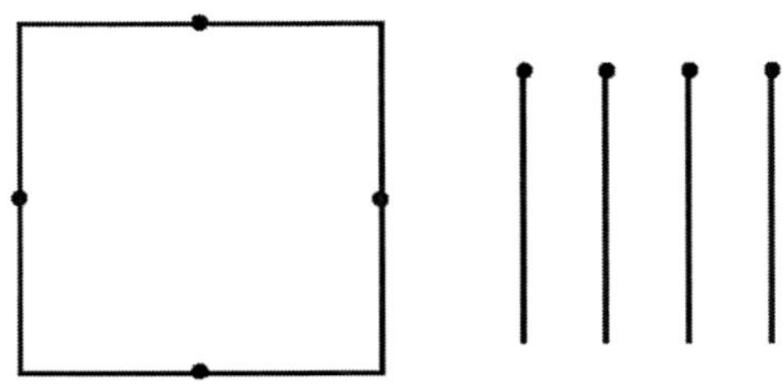

27
മൂന്ന് മാറ്റുക, മൂന്നാക്കുക

പന്ത്രണ്ട് തീപ്പെട്ടിക്കമ്പുകൾ ഉപയോഗിച്ചുള്ള ഒരു രൂപം താഴെ കൊടുക്കുന്നു.

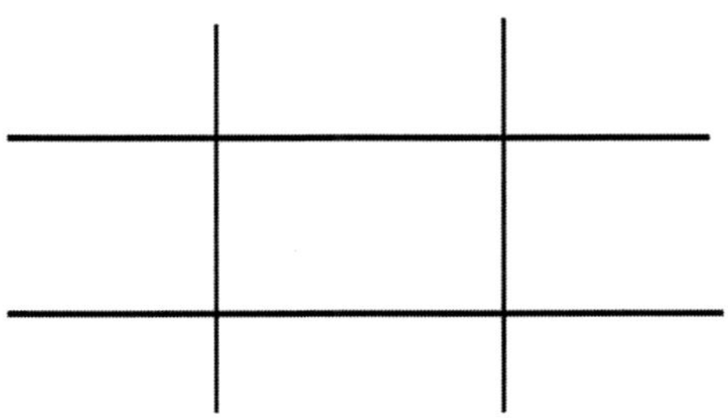

ഇതിൽ ഒരു സമചതുരം മാത്രമേയുള്ളൂ എന്ന് കാണാം. മൂന്ന് കമ്പുകളുടെ സ്ഥാനംമാറ്റി സമചതുരങ്ങളുടെ എണ്ണം മൂന്നാക്കാമോ?

28
മൂന്ന്മാറ്റി, ഏഴാക്കുക

പന്ത്രണ്ട് കമ്പുകൾ ഉപയോഗിച്ച് മൂന്ന് സമചതുരങ്ങൾ നിർമിച്ചിരിക്കുന്നത് താഴെ കൊടുത്തിരിക്കുന്നു.

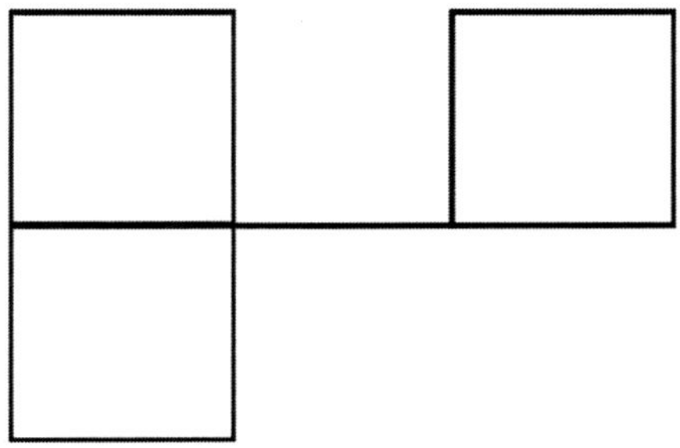

മൂന്ന് കമ്പുകളുടെ സ്ഥാനം മാറ്റി സമചതുരങ്ങളുടെ എണ്ണം ഏഴാക്കാമോ?

29
മൂന്ന്മാറ്റുക, നാലാക്കുക

പതിനാറ് കമ്പുകൾ ഉപയോഗിച്ച് അഞ്ച് സമചതുരങ്ങൾ നിർമിച്ചിരിക്കുന്നത് താഴെ ചിത്രത്തിൽ കൊടുത്തിരിക്കുന്നു.

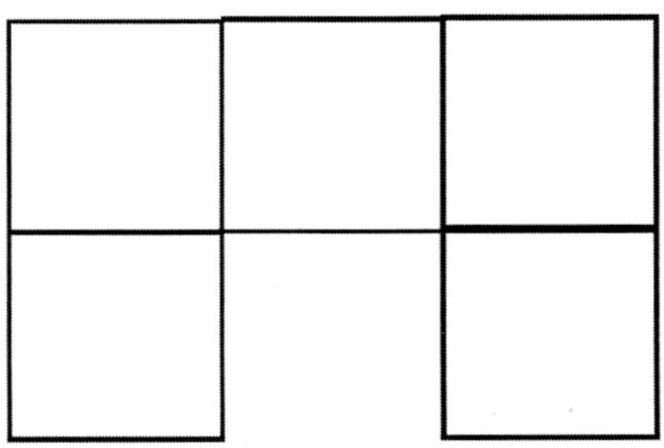

അഞ്ച് സമചതുരങ്ങൾക്കും ഒരേ വലിപ്പമാണുള്ളത്. മൂന്ന് കമ്പുകളുടെ സ്ഥാനം മാറ്റി, സമചതുരങ്ങളുടെ എണ്ണം നാലാക്കാമോ? സമചതുരങ്ങൾക്കെല്ലാം ഒരേ വലിപ്പം ഉണ്ടായിരിക്കണം.

30

സമചതുരം പാടില്ല

ഏതാനും കമ്പുകൾ ഉപയോഗിച്ച് പതിനാറ് സമചതുരങ്ങൾ നിർമിച്ചിരിക്കുന്നത് താഴെ കൊടുക്കുന്നു.

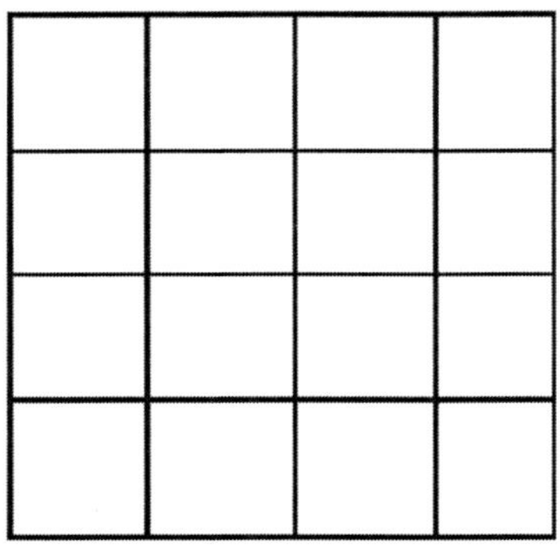

ഇതിൽ നിന്നും ഒൻപത് കമ്പുകൾ നീക്കുക. സമചതുരങ്ങൾ ഒന്നും പാടില്ല. ശ്രമിച്ചുനോക്കൂ.

31

ഒമ്പത് പത്താക്കുക

ഒമ്പത് തീപ്പെട്ടിക്കമ്പുകൾ താഴെത്തന്നിരിക്കുന്നു

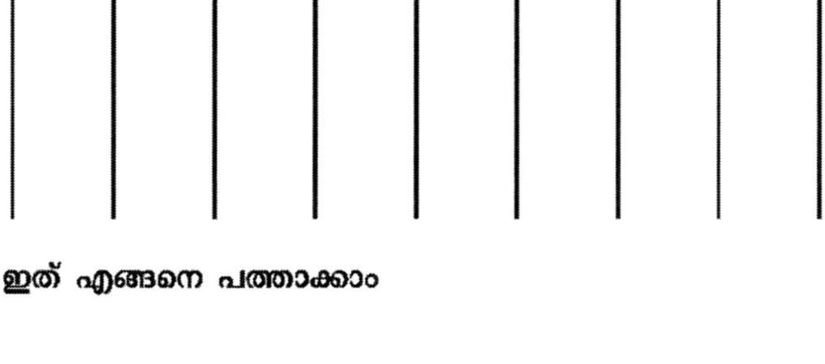

ഇത് എങ്ങനെ പത്താക്കാം

32

ആറ് മാറ്റുക പത്താക്കുക

അഞ്ച് വീതം തീപ്പെട്ടിക്കമ്പുകൾ, അതായത് ആകെ പതിനഞ്ച് കമ്പുകൾ ഉപയോഗിച്ച് മൂന്ന് സമചതുരങ്ങൾ താഴെ കൊടുത്തിരിക്കുന്നു. ഓരോ സമചതുരത്തിലും ഓരോ കമ്പ് കൂടുതൽ കാണാം.

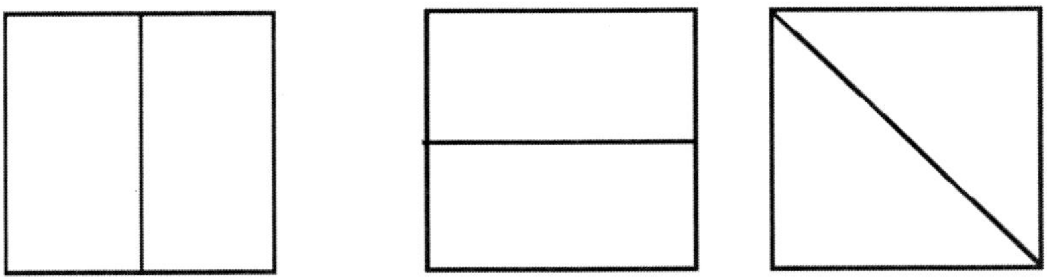

ഇതിൽ നിന്ന് ആറ് കമ്പുകൾ നീക്കം ചെയ്യണം. 15−6=9 എന്ന് കിട്ടും. പക്ഷേ പത്തുണ്ടാവണം ശ്രമിച്ചുനോക്കൂ. കമ്പ് നീക്കം ചെയ്യുകയല്ലാതെ ക്രമീകരണത്തിന് യാതൊരു മാറ്റവും വരുത്താൻ പാടില്ല.

33

സമവാക്യം ശരിയാക്കുക (1)

ഏതാനും തീപ്പെട്ടിക്കമ്പുകൾ ഉപയോഗിച്ച് ഒരു സമവാക്യം നിർമിച്ചിരിക്കുന്നത് താഴെ കൊടുക്കുന്നു.

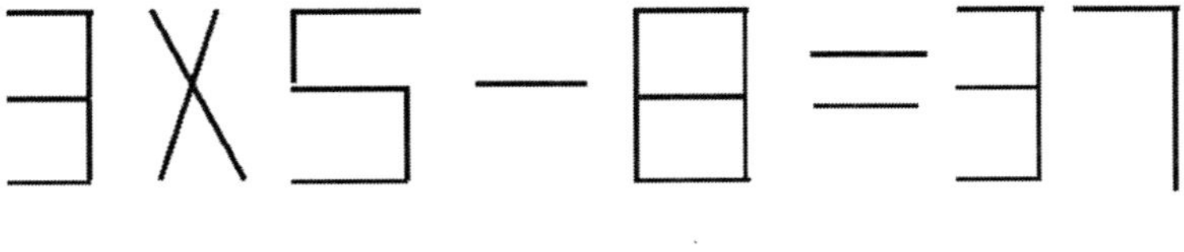

3x 5 −8 എന്നത് 37 ന് തുല്യമല്ല എന്ന് നമുക്കറിയാം. രണ്ട് കമ്പിന്റെ സ്ഥാനം മാറ്റി ഈ സമവാക്യം ശരിയാക്കാമോ? സമചിഹ്നത്തിന് മാറ്റം വരുത്താൻ പാടില്ല.

34
സമവാക്യം ശരിയാക്കുക (2)

തീപ്പെട്ടിക്കമ്പുകൊണ്ട് നിർമ്മിച്ചിരിക്കുന്ന ഒരു സമവാക്യം ശ്രദ്ധിക്കുക

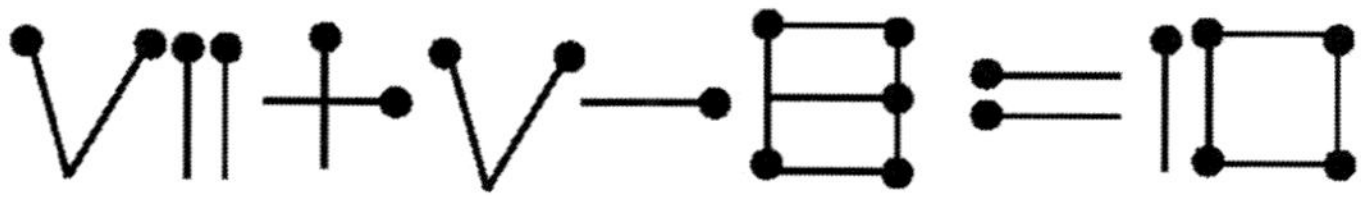

7+5–8 = 10 അല്ല എന്ന് നമുക്കറിയാം. ഒരു കമ്പിന്റെ മാത്രം സ്ഥാനം മാറ്റി ഇത് എങ്ങനെ ശരിയാക്കാം?

35
സമവാക്യം ശരിയാക്കുക (3)

താഴെ കൊടുത്തിരിക്കുന്ന സമവാക്യം ശ്രദ്ധിക്കുക.

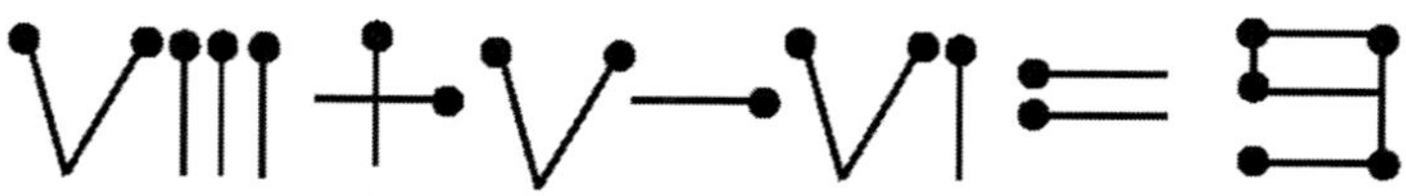

8+5–6=9 എന്നാണ് തന്നിരിക്കുന്നത്. ഇത് ശരിയല്ല. ഒരു കമ്പിന്റെ സ്ഥാനം മാറ്റി, സമചിഹ്നത്തിന് മാറ്റം വരുത്താതെ ഇത് ശരിയാക്കാമോ?

36
സമവാക്യം ശരിയാക്കുക (4)

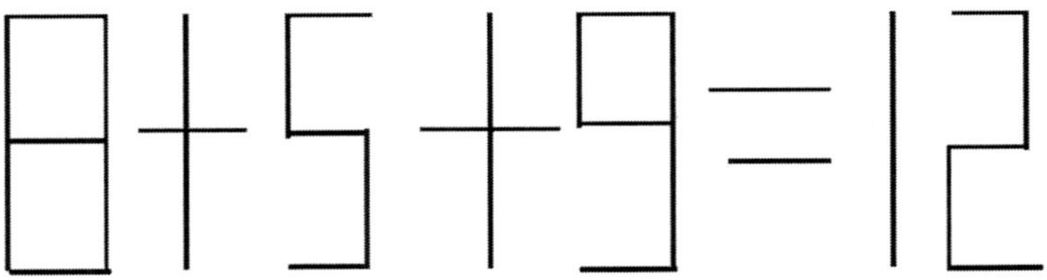

മുകളിൽ കൊടുത്തിരിക്കുന്ന സമവാക്യം 8+5+9=12 എന്ന് സൂചിപ്പിക്കുന്നു. ഇത് ശരിയല്ല എന്ന് നമുക്കറിയാം. ഒരു തീപ്പെട്ടിക്കമ്പ് മാത്രം മാറ്റി ഇതെങ്ങനെ ശരിയാക്കാം. സമചിഹ്നത്തിന് മാറ്റം വരുത്തരുത്.

37
രണ്ട് മാറ്റുക, നാലാക്കുക

പതിനാറ് തീപ്പെട്ടിക്കമ്പുകൾ ഉപയോഗിച്ചുള്ള ഒരു രൂപം താഴെ തന്നിരിക്കുന്നു.

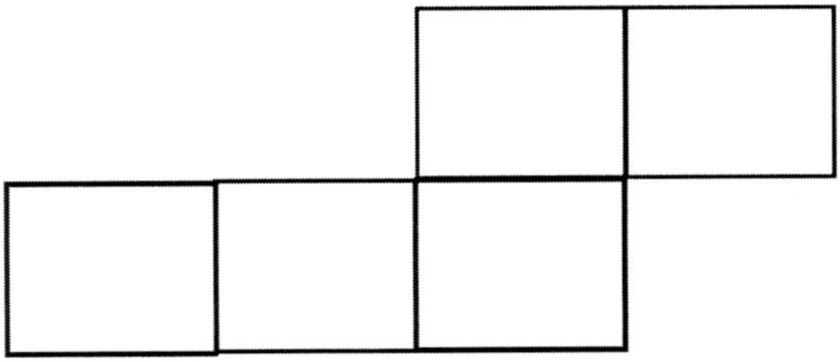

ഇവിടെ ഒരേ വലിപ്പമുള്ള അഞ്ച് സമചതുരങ്ങൾ കാണാം. ഇതിൽ നിന്ന് രണ്ട് കമ്പുകൾ നീക്കം ചെയ്ത് സമചതുരങ്ങളുടെ എണ്ണം നാല് ആക്കാമോ?

38

രണ്ട് നീക്കുക, നാലാക്കുക

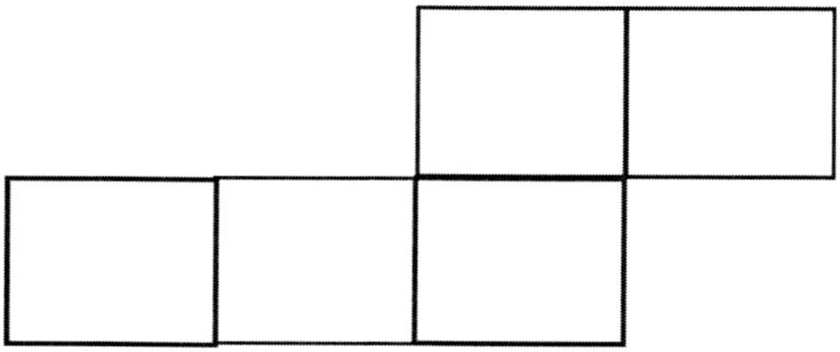

ഇതിൽ നിന്നും രണ്ട് കമ്പിന്റെ സ്ഥാനം മാറ്റി നാല് സമചതുരമാക്കാമോ? കമ്പിന്റെ സ്ഥാനം മാത്രമേ മാറ്റാവൂ നീക്കം ചെയ്യരുത്.

39

രണ്ട് മാറ്റുക, ആറാക്കുക

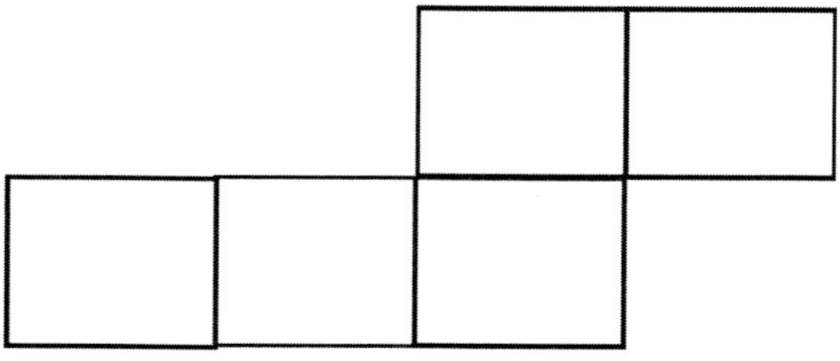

ഇതിൽ അഞ്ച് സമചതുരങ്ങൾ കാണാം. ഇതിലെ രണ്ട് കമ്പുകളുടെ സ്ഥാനം മാറ്റി ആറ് സമചതുരങ്ങളാക്കാമോ?

40

രണ്ട് മാറ്റുക, എട്ടാക്കുക

മുൻചോദ്യത്തിലെ ചിത്രത്തിൽ അഞ്ച് സമചതുരങ്ങളാണല്ലോ ഉള്ളത്. രണ്ട് കമ്പിന്റെ സ്ഥാനം മാറ്റി, സമചതുരങ്ങളുടെ എണ്ണം എട്ടാക്കാമോ?

41

പതിനൊന്ന് ഒമ്പതാക്കുക

പതിനൊന്ന് തീപ്പെട്ടിക്കമ്പുകൾ താഴെ തന്നിരിക്കുന്നു.

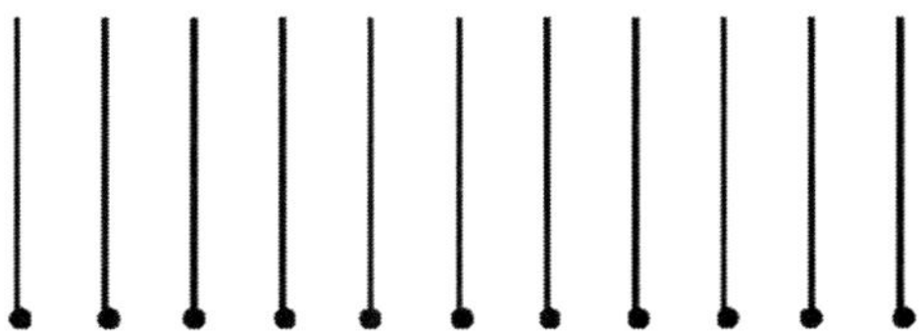

ഇത് ഒമ്പതാക്കി മാറ്റാമോ?

42

മൂന്ന് ആറാക്കുക

മൂന്ന് തീപ്പെട്ടിക്കമ്പുകൾ തന്നിരിക്കുന്നു.

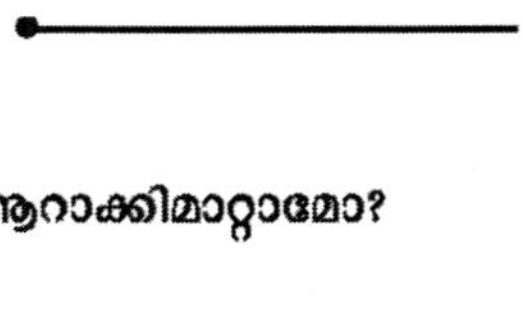

ഇത് മുറിക്കാതെ ആറാക്കിമാറ്റാമോ?

43
ആറ് മൂന്നാക്കുക

പന്ത്രണ്ട് കമ്പുകൾ ഉപയോഗിച്ച് ആറ് സമഭുജത്രികോണങ്ങൾ നിർമിച്ചിരിക്കുന്നു. മൂന്ന് കമ്പുകൾ മാറ്റി ത്രികോണങ്ങളുടെ എണ്ണം മൂന്നാക്കാമോ?

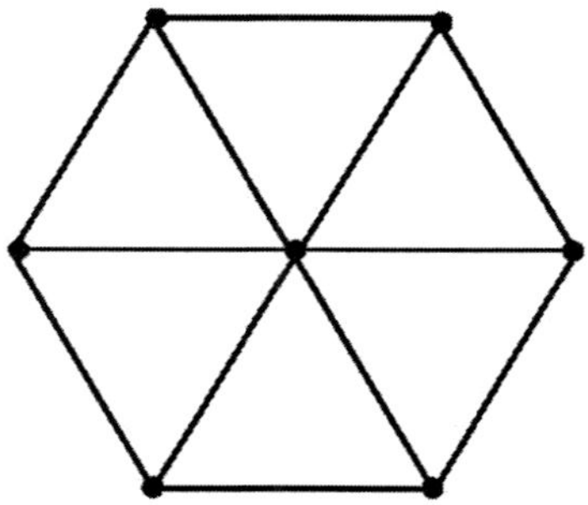

44
വീടിന്റെ ദിശ മാറ്റം

പത്ത് കമ്പുകൾ ഉപയോഗിച്ചുള്ള ഒരു വീടിന്റെ രൂപം താഴെ കൊടുക്കുന്നു.

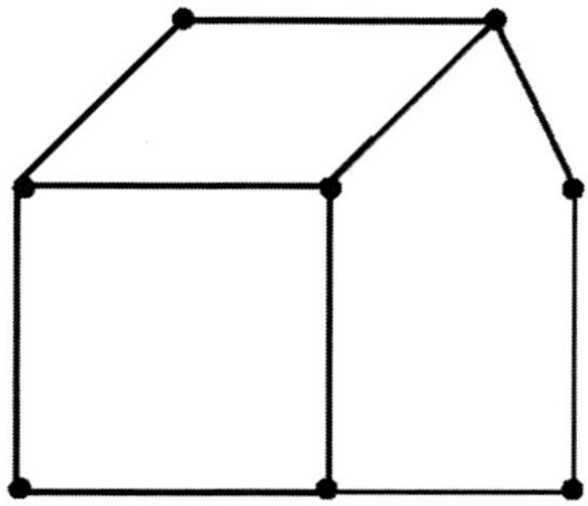

രണ്ട് കമ്പിന്റെ സ്ഥാനം മാറ്റി വീടിന്റെ ദിശമാറ്റാമോ?

45
സമഷഡ്ഭുജമാക്കുക

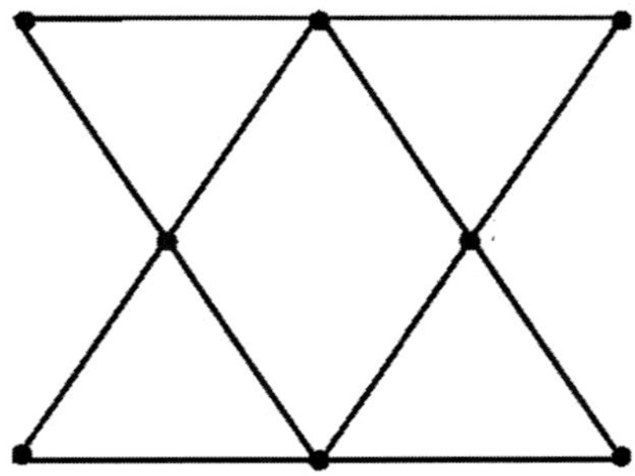

പന്ത്രണ്ട് കമ്പുകൾ ഉപയോഗിച്ചുള്ള ഒരു രൂപം മുകളിൽ കൊടുത്തിരിക്കുന്നു. നാലുകമ്പുകളുടെ സ്ഥാനം മാറ്റി ഒരു സമഷഡ്ഭുജവും ആറ് സമഭുജത്രികോണങ്ങളും നിർമിക്കാമോ?

46
സമയം നാലരയായി

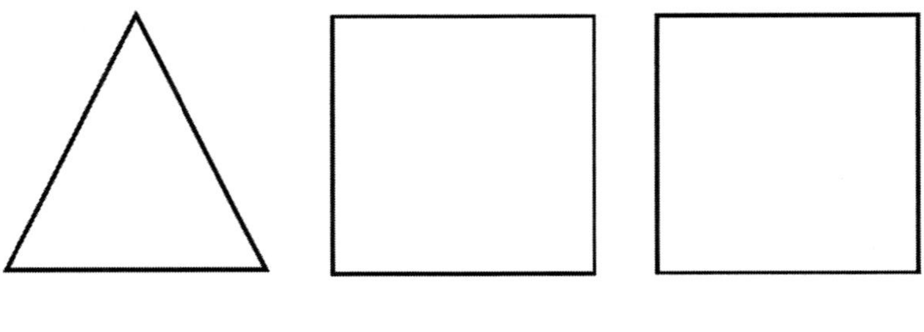

ഒരു ത്രികോണവും രണ്ട് സമചതുരങ്ങളും ചിത്രത്തിൽ കാണാം. രണ്ട് കമ്പുകളുടെ സ്ഥാനം മാറ്റി സമയം നാലരയായെന്ന് സൂചിപ്പിക്കാമോ?

47
സമചതുരവും ത്രികോണങ്ങളും

എട്ട് കമ്പുകൾ ഉപയോഗിച്ച് ഒരു സമചതുരവും ഒരു സമഭുജസാമാന്തരികവും (Rhombus) നിർമിച്ചിരിക്കുന്നത് താഴെ കൊടുക്കുന്നു.

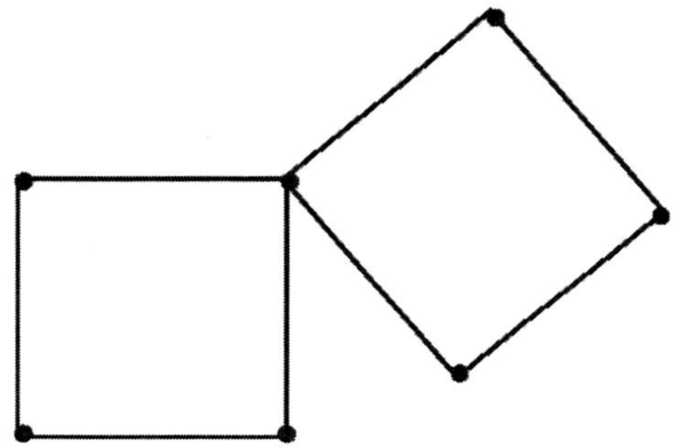

ഇതിൽ നിന്നും മൂന്ന് കമ്പുകൾ മാറ്റി ഒരു സമചതുരവും രണ്ട് സമഭുജ ത്രികോണങ്ങളും നിർമിക്കാമോ?

48
ഏകദേശം എങ്ങനെ ശരിയാക്കാം?

ഏതാനും തീപ്പെട്ടിക്കമ്പുകൾ ഉപയോഗിച്ച് ഒരു സമവാക്യം തയാറാക്കിയിരിക്കുന്നത് ശ്രദ്ധിക്കുക.

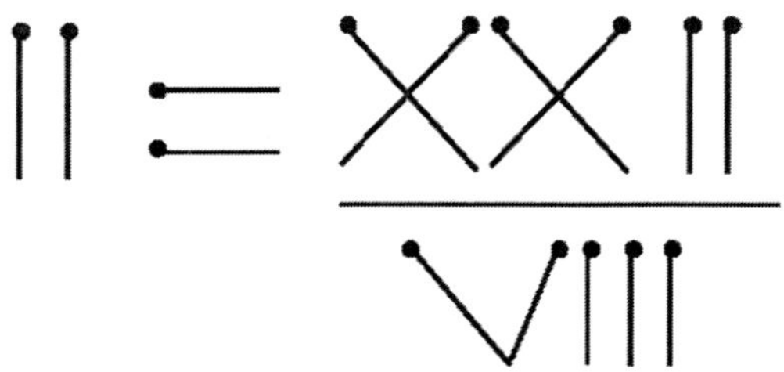

ഒരു കമ്പിന്റെ സ്ഥാനം മാറ്റി സമവാക്യം ശരിയാക്കാമോ?

49

മൂന്ന് നാലാക്കുക

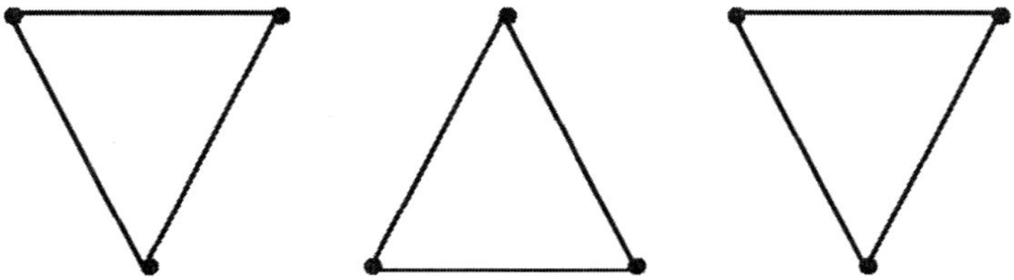

ഒമ്പതു കമ്പുകൾ കൊണ്ട് മൂന്ന് ത്രികോണങ്ങൾ നിർമിച്ചിരിക്കുന്നത് ചിത്രത്തിൽ കാണാം. മൂന്ന് കമ്പിന്റെ സ്ഥാനം മാറ്റി നാല് ത്രികോണങ്ങളാക്കാൻ സാധിക്കുമോ?

50

ആറ് കമ്പുകൾ മാറ്റുക

24 കമ്പുകൾ ഉപയോഗിച്ച് ഒരേ വലിപ്പമുള്ള ഒമ്പത് സമചതുരങ്ങൾ നിർമിച്ചിരിക്കുന്നത് ശ്രദ്ധിക്കുക.

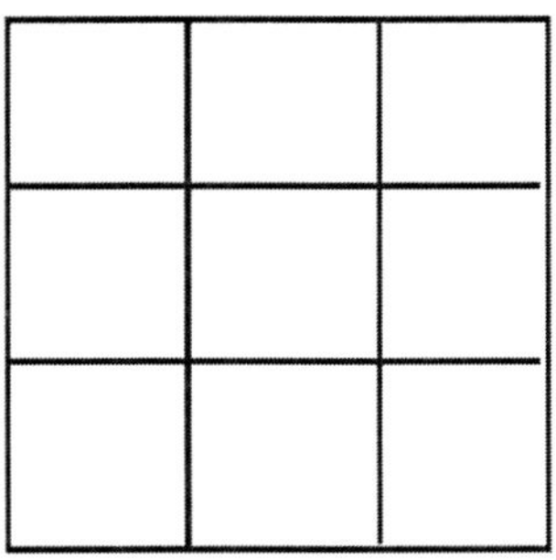

ഇതിൽ നിന്ന് ആറ് കമ്പുകൾ നീക്കം ചെയ്യുക. ഒരേ വലിപ്പമുള്ള രണ്ട് ചതുരങ്ങളും വ്യത്യസ്ത വലിപ്പമുള്ള മൂന്ന് സമചതുരങ്ങളുമാക്കി മാറ്റുക.

51
പതിനൊന്നും ഒന്നും

താഴെ തന്നിരിക്കുന്ന സമവാക്യം ശ്രദ്ധിക്കുക 11 + 1 = 10

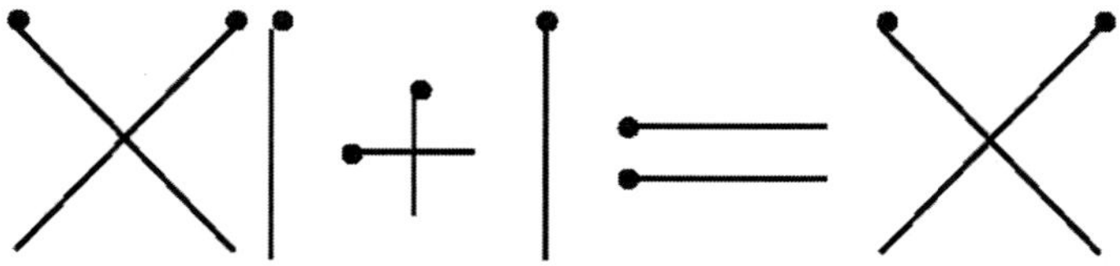

ശരിയല്ലാത്ത ഈ പ്രസ്താവന ഒരു കമ്പിന്റെ മാത്രം സ്ഥാനം മാറ്റി എങ്ങനെ രണ്ട് വിധത്തിൽ ശരിയാക്കാം?

52
ഒരു കമ്പുമാറ്റുക

ഒരു കമ്പിന്റെ മാത്രം സ്ഥാനം മാറ്റി ശരിയാക്കുക

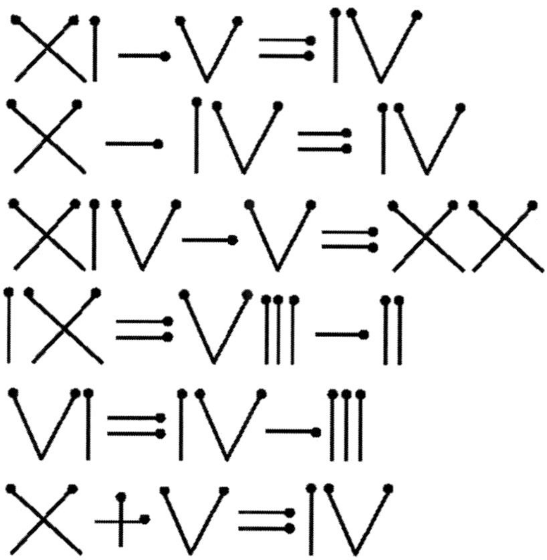

53
ഒരു കമ്പുചേർക്കുക

ഒരു കമ്പ് ചേർത്ത് താഴെ കൊടുത്തിരിക്കുന്നവ ശരിയാക്കുക

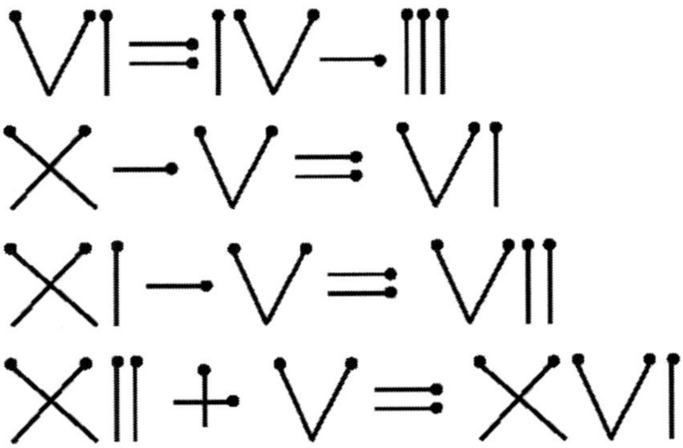

54
അഞ്ച് പ്രശ്നങ്ങൾ

പന്ത്രണ്ട് കമ്പുകൾ ഉപയോഗിച്ച് അഞ്ച് സമചതുരങ്ങൾ നിർമിച്ചിരിക്കുന്നത് താഴെ കൊടുക്കുന്നു.

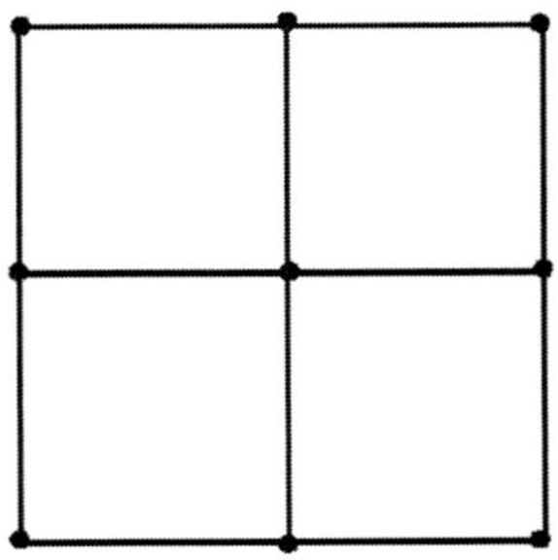

ചിത്രത്തിൽ നാല് ചെറിയ സമചതുരങ്ങളും ഒരു വലിയ സമചതുരവുമാണുള്ളത്. ഈ ജ്യാമിതീയ രൂപത്തെ അടിസ്ഥാനമാക്കി താഴെ കൊടുത്തിരിക്കുന്ന ചോദ്യങ്ങൾക്ക് ഉത്തരം കാണുക.

(1) രണ്ട് കമ്പുകളുടെ സ്ഥാനം മാറ്റി സമചതുരങ്ങളുടെ എണ്ണം ഏഴാക്കുക.
(2) രണ്ട് കമ്പുകൾ മാറ്റി സമചതുരങ്ങളുടെ എണ്ണം രണ്ടാക്കുക
(3) മൂന്ന് കമ്പുകളുടെ സ്ഥാനം മാറ്റി സമചതുരങ്ങളുടെ എണ്ണം മൂന്നാക്കുക.
(4) നാല് കമ്പുകളുടെ സ്ഥാനം മാറ്റി സമചതുരങ്ങളുടെ എണ്ണം മൂന്നാക്കുക

55
വിസ്തീർണ പ്രശ്നം

പന്ത്രണ്ട് കമ്പുകൾ ഉപയോഗിച്ച് നിർമിച്ചിട്ടുള്ള ഒരു ജ്യാമീതിയ രൂപം താഴെ തന്നിരിക്കുന്നു.

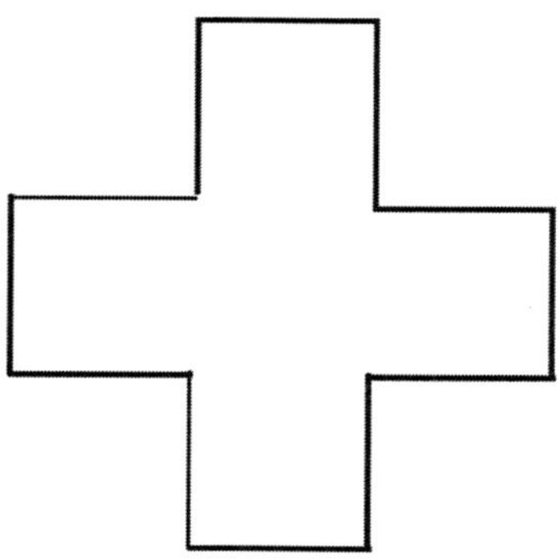

ഓരോ കമ്പും ഒരു യൂണിറ്റായി പരിഗണിച്ചാൽ ഈ രൂപത്തിന്റെ വിസ്തീർണം 5 ചതുരശ്രയൂണിറ്റാണെന്ന് കാണാം. 6 ചതുരശ്രയൂണിറ്റ് വിസ്തീർണമുള്ള രൂപങ്ങൾ ഇതേ എണ്ണം കമ്പുകൾ ഉപയോഗിച്ച് നിർമിക്കാമോ?

ഉത്തരങ്ങൾ

1
ആറുകൊണ്ട് അഞ്ച്

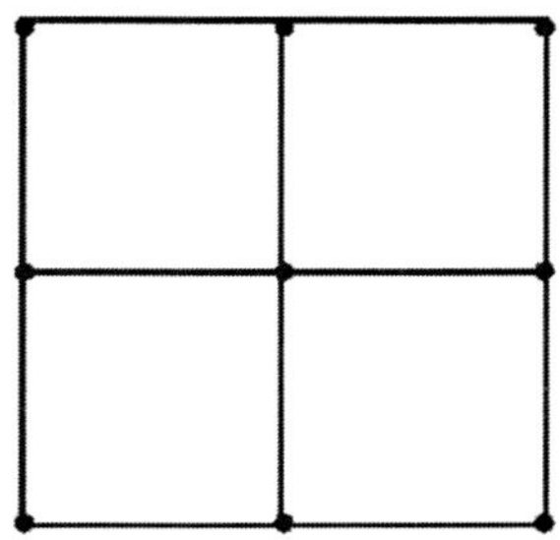

ചിത്രത്തിൽ ഒരു വലിയ സമചതുരവും നാല് ചെറിയ സമചതുരങ്ങളും കാണാം.

2
മൂന്ന് മാറ്റുക അഞ്ചാക്കുക

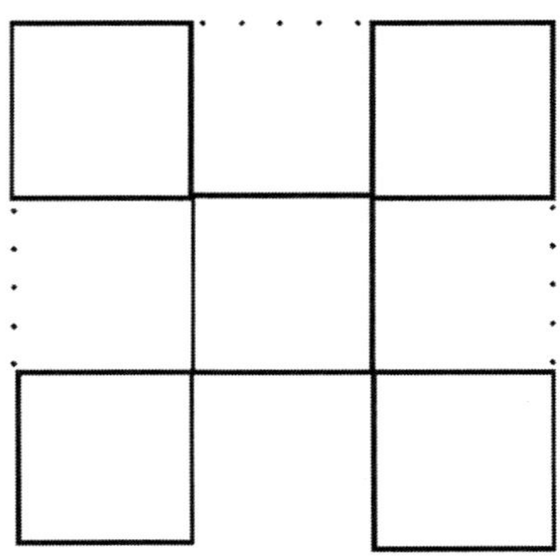

3
നാല് മാറ്റുക മൂന്നാക്കുക

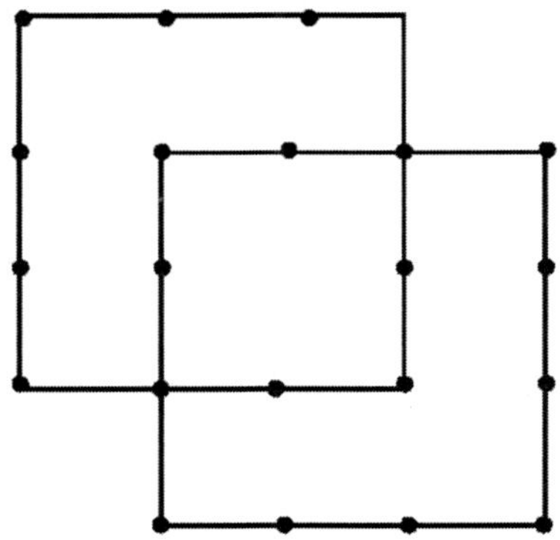

രണ്ട് എതിർഭാഗത്തുള്ള മൂലകളിൽ നിന്ന് 2 കമ്പുകളുടെ സ്ഥാനം മാറ്റുക.

4
മൂന്ന് മാറ്റുക അഞ്ചാക്കുക

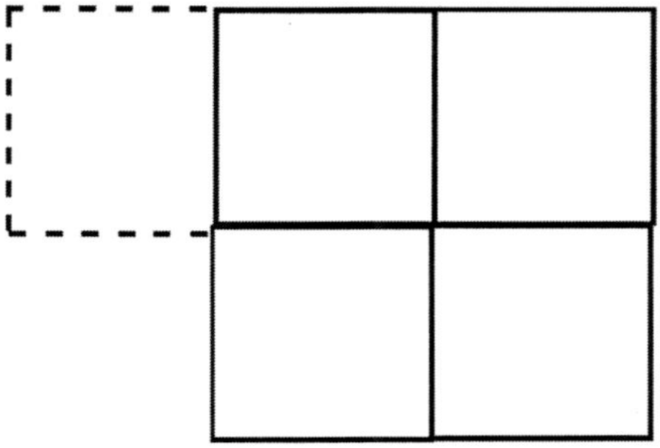

ഇടതുഭാഗത്തുള്ള മൂന്ന് കമ്പുകൾ മാറ്റിയിരിക്കുന്നു. ഒന്ന് മുകൾ ഭാഗത്തും രണ്ടെണ്ണം വലതുഭാഗത്ത് താഴെ വെച്ചിരിക്കുന്നു.നാല് ചെറിയ സമചതുരങ്ങളും, ഒരു വലിയ സമചതുരവും ചിത്രത്തിൽ കാണാം.

5
ഒമ്പതുകൊണ്ട് അഞ്ച് ത്രികോണം

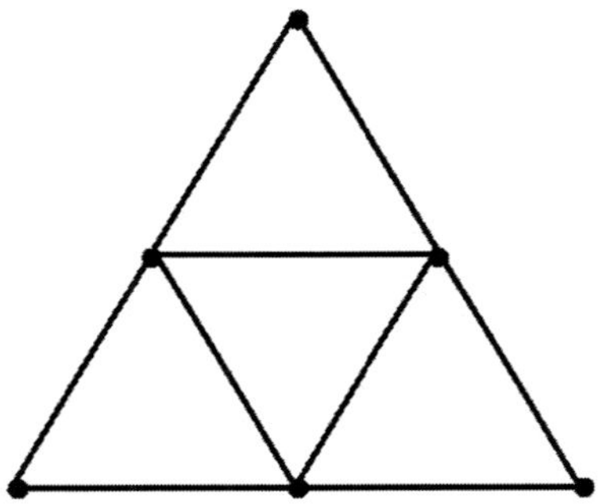

ചിത്രത്തിൽ ഒരേപോലുള്ള നാല് സമഭുജത്രികോണങ്ങളും, ഇവ നാലും ചേർന്ന് ഒരു വലിയ സമഭുജത്രികോണവും കാണാം.

6
അഞ്ചിൽ നിന്ന് നാലുകുറച്ചാൽ ഏഴോ?

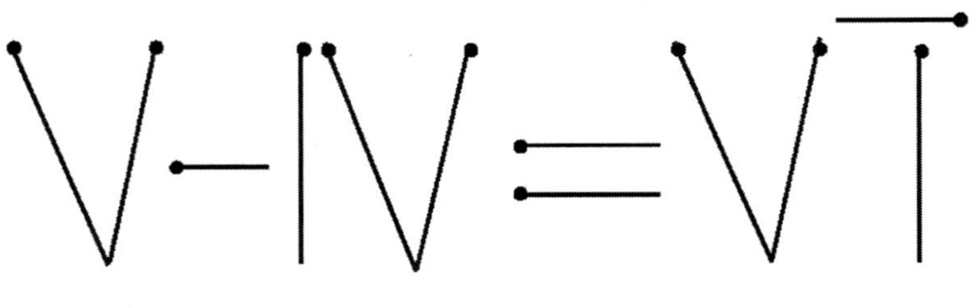

7 നെ സൂചിപ്പിക്കുന്ന കമ്പുകളിൽ ഒരെണ്ണമെടുത്ത് മുകളിൽ വെച്ചിരിക്കുന്നു. ഇത് ഇപ്പോൾ$\sqrt{1}$ ആയി മാറി. ഇതിൽ ഒന്നാണ് അതായത് 5−4=1 എന്ന് കിട്ടുന്നു. ഇത് ശരിയായ ഒരു സമവാക്യമാണല്ലോ.

7
ആറുകൊണ്ട് നാല് ത്രികോണം

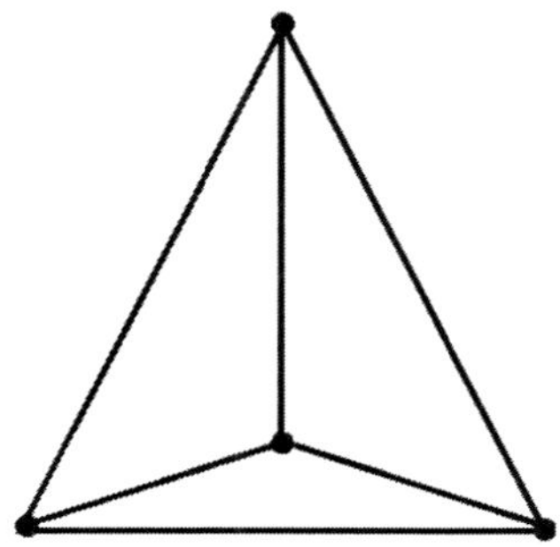

മൂന്ന് കമ്പുകൾ ഉപയോഗിച്ച് സമഭുജത്രികോണം നിർമിക്കുക. പിന്നീട് മൂന്ന് മൂലകളിൽ ഓരോ കമ്പ് കുത്തനെ നിർത്തി അടിഭാഗത്തിന് മാറ്റമില്ലാതെ കമ്പുകളുടെ അറ്റങ്ങൾ ചേർത്തുനിർത്തുക. ഈ ക്രിയ ചെയ്യാനാണ് ആവശ്യമാണെങ്കിൽ മറ്റൊരാളുടെ സഹായം ആവശ്യപ്പെടാം എന്ന് നിർദേശിച്ചത്. ഇപ്പോൾ ചുറ്റിലും മൂന്ന് സമഭുജത്രികോണങ്ങൾ കാണാം. അടിഭാഗത്ത് ഒന്നും. അപ്പോൾ ആറ് കമ്പുകൾ കൊണ്ട് നാല് സമഭുജത്രികോണങ്ങൾ.

8
ഒന്നുമില്ലാതാക്കാം

2 കമ്പുകളെ താഴെ കൊടുത്തിരിക്കുന്ന രീതിയിൽ മാറ്റി ക്രമീകരിക്കുക

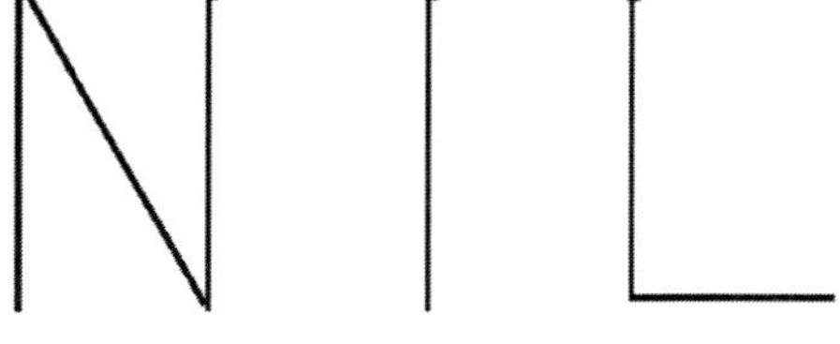

Nil എന്നാൽ ഒന്നുമില്ല എന്നാണല്ലോ അർഥം.

9
അഞ്ച് മൂന്നാക്കുക

താഴെ കൊടുത്തിരിക്കുന്ന ചിത്രത്തിൽ കുത്തുകൾ ഇട്ടിരിക്കുന്ന ഭാഗത്തെ കമ്പുകൾ നീക്കം ചെയ്യുക.

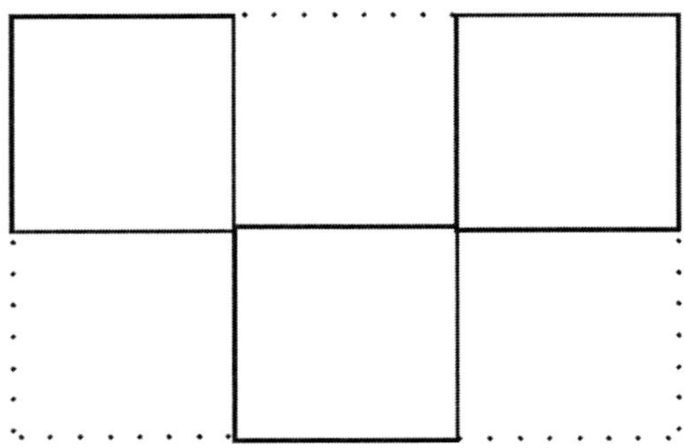

10
ഒന്നിൽ നിന്ന് ഒന്നു കുറച്ചാൽ

അവസാനത്തെ കമ്പ് എടുത്ത് ആദ്യഭാഗത്ത് വെക്കുക

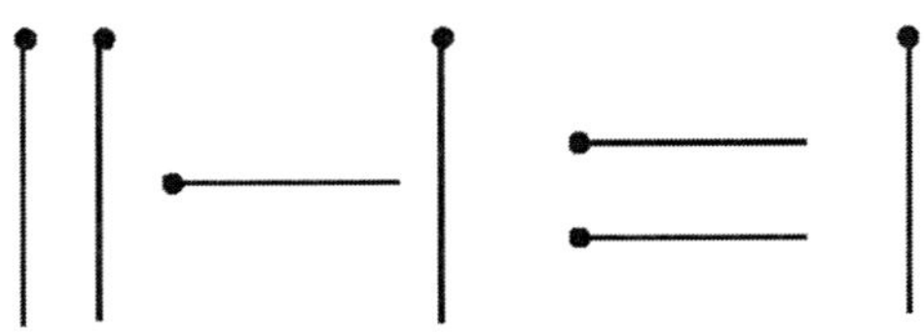

എന്ന് ലഭിക്കുന്നു.ഇത് 2–1 എന്ന് സൂചിപ്പിക്കുന്നതിനാൽ സമവാക്യം ശരിയായിരിക്കുന്നു.

11
മൂന്നെത്ര?

സമചിഹ്നം സൂചിപ്പിക്കുന്ന കമ്പുകളിൽ ഒന്നെടുത്ത് നെഗറ്റീവ് ചിഹ്നത്തിന് മുകളിൽ വെക്കുക.

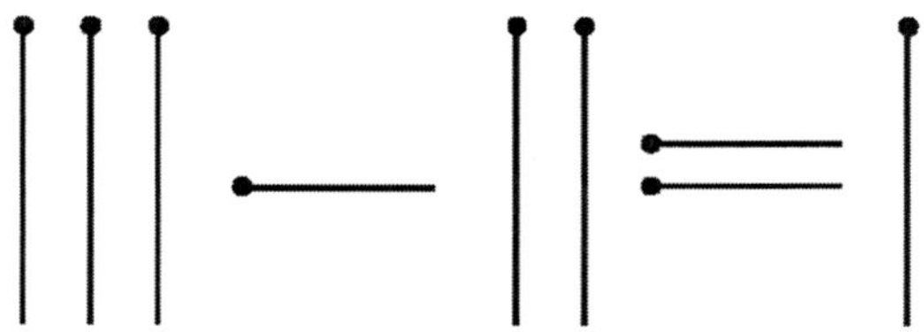

എന്ന് കിട്ടും. ഇത് ശരിയായ ഒരു സമവാക്യമാണല്ലോ.

12
എല്ലാവരും തൊടണം

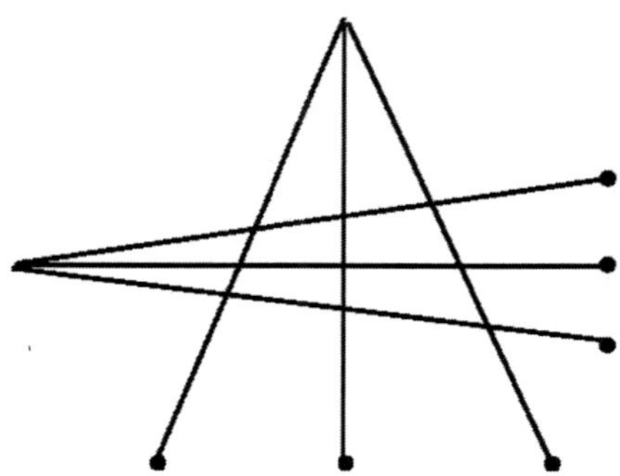

മേൽ ക്രമീകരണത്തിൽ എല്ലാ കമ്പുകളും പരസ്പരം സ്പർശിക്കുന്നതായി കാണാം.

13
സമചതുരം നിർമിക്കുക

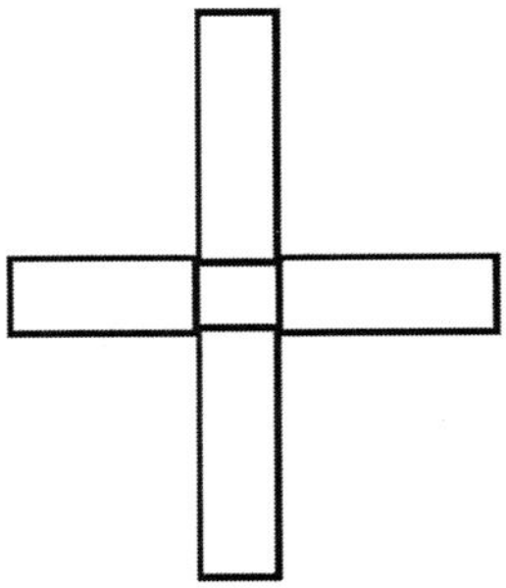

വലതുഭാഗത്തുള്ള കമ്പ് അൽപ്പം വലത്തേക്ക് വലിക്കുക. മധ്യഭാഗത്ത് ഒരു ചെറിയ സമചതുരം രൂപപ്പെടുന്നത് കാണാം. ഈ രീതിയിലാണ് കമ്പുകൾ ക്രമീകരിച്ചിരിക്കുന്നത്.

14
ദിശമാറ്റുക

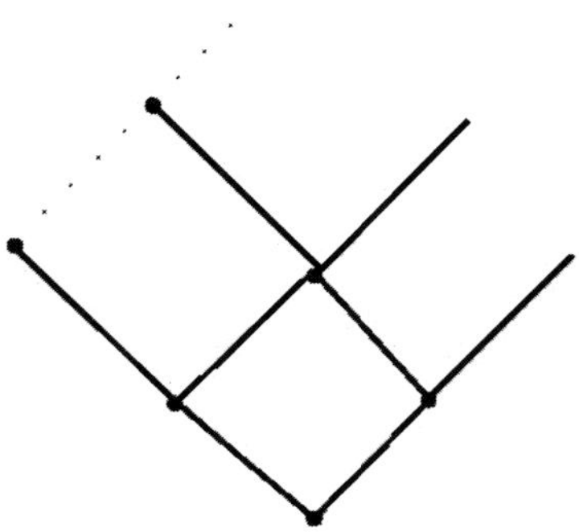

കുത്തിട്ട് അടയാളപ്പെടുത്തിയ ഭാഗത്തുള്ള രണ്ട് കമ്പുകൾ താഴെ ഭാഗത്ത് വെച്ചിരിക്കുന്നു. ഇടതു ഭാഗത്ത് സഞ്ചാരദിശയുണ്ടായിരുന്ന മത്സ്യത്തിന്റെ ഇപ്പോഴത്തെ സഞ്ചാരദിശ താഴേക്കാണ് എന്ന് കാണാം.

15
എതിർദിശയിലാക്കുക

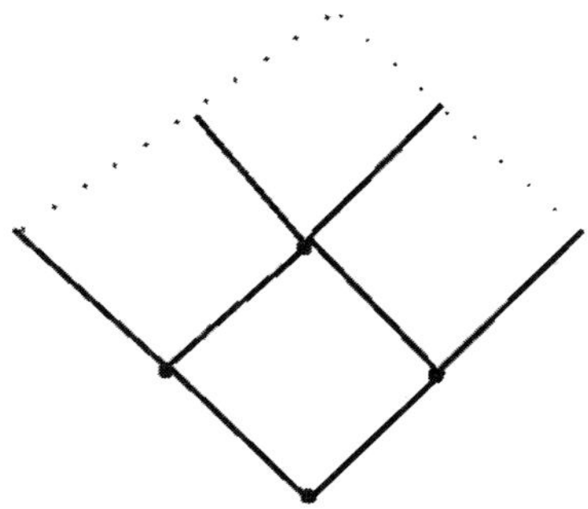

ഏറ്റവും മുകളിലുള്ളതും രണ്ട് വശങ്ങളിലുമുള്ള നാല് കമ്പുകൾ മാറ്റുക. ചിത്രത്തിൽ കുത്തിട്ട ഭാഗത്തെ കമ്പുകളാണ് മാറ്റേണ്ടത്. ഈ കമ്പുകൾ താഴെയും വശങ്ങളിലുമായി ചിത്രത്തിലുള്ളതുപോലെ വെക്കുക.

16
പതിനൊന്നും ഒന്നും പത്താണോ?

തീപ്പെട്ടിക്കമ്പുകൾക്ക് യാതൊരു സ്ഥാനമാറ്റവും വേണ്ട. നിങ്ങളുടെ സ്ഥാനം ഒന്ന് മാറിയാൽ മതി. അല്ലെങ്കിൽ പേജ് തിരിച്ചുപിടിക്കുക 10 = 1 + 9 എന്ന് വായിക്കാം. ഈ സമവാക്യം ശരിയാണല്ലോ.

17
ഷഡ്ഭുജം വേണ്ട

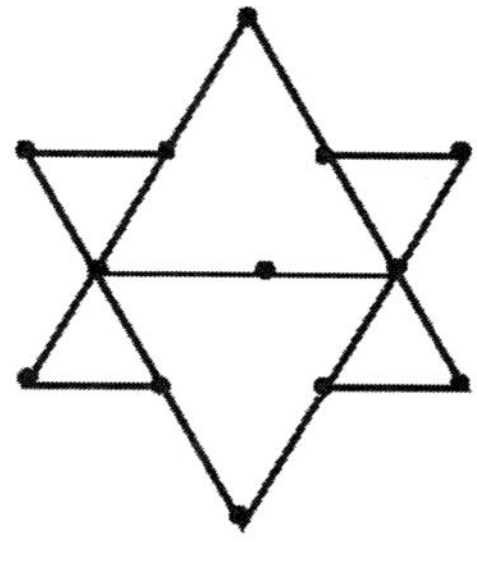

18
നാല് മാറ്റുക അഞ്ചാക്കുക

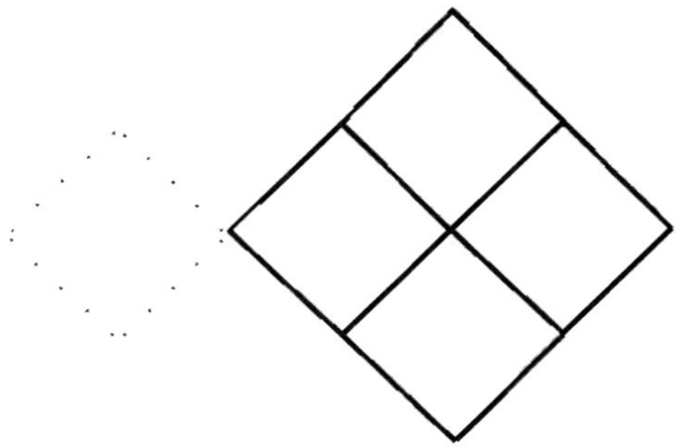

ഇടത്തെ അറ്റത്തുള്ള (കുത്തുകൾ കൊണ്ട് അടയാളപ്പെടുത്തിയ) കമ്പുകൾ എടുക്കുക. ചിത്രത്തിൽ കാണിച്ചിരിക്കുന്നതുപോലെ മുകളിലും താഴെയുമായി വെക്കുക. നാല് ചെറിയ സമചതുരങ്ങളും ഒരു വലിയ സമചതുരവും കിട്ടും.

19
രണ്ട് മാറ്റുക ഏഴാക്കുക

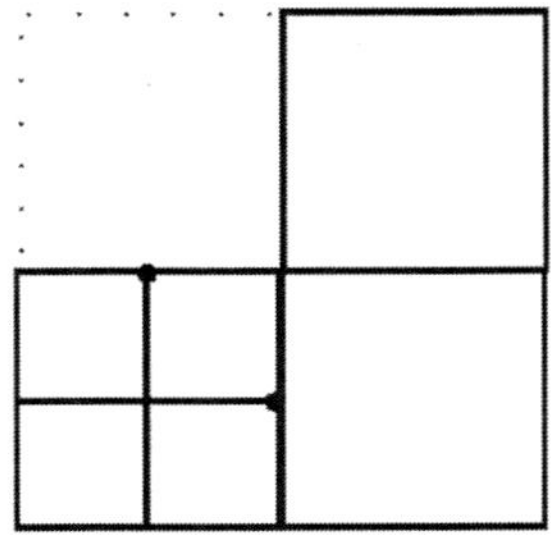

ഇടതുഭാഗത്തെ മൂലയിൽ നിന്നും (കുത്തിട്ടഭാഗം) രണ്ട് കമ്പുകൾ നീക്കം ചെയ്യുക. ശേഷിക്കുന്ന മൂന്ന് സമചതുരങ്ങളിലേതെങ്കിലും ക്രോസ് ആയി രണ്ടു കമ്പുകൾ വെക്കുക. അപ്പോൾ ചെറിയ നാല് സമ ചതുരങ്ങൾ കിട്ടും. ആകെ എഴ് സമചതുരങ്ങൾ ആകും.

20
രണ്ട് മാറ്റുക രണ്ടാക്കുക

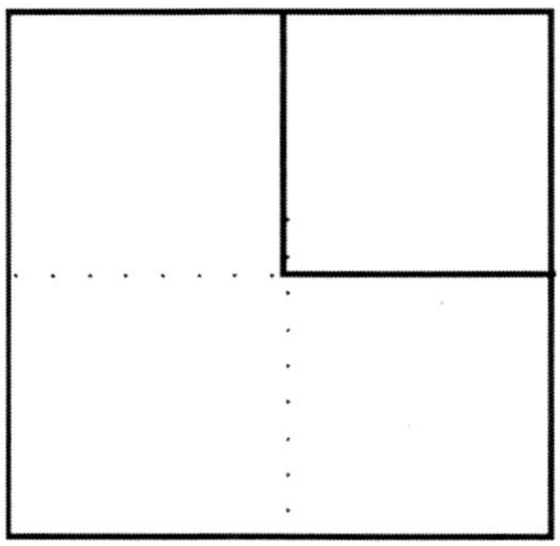

കുത്തിട്ട് കാണിച്ച ഭാഗത്തെ കമ്പുകൾ നീക്കിയിരിക്കുന്നു. വ്യത്യസ്ത രീതികളിൽ ചെയ്യാം.

21
ദിശമാറ്റുക

ഏറ്റവും ഇടത്തെ അറ്റത്തെ രണ്ടാമത്തെ കമ്പ് ഒഴികെ മറ്റ് മൂന്ന് കമ്പുകളും രണ്ടാമത്തെ വരിയിലെ താഴത്തെ കമ്പും നീക്കുക. ഇവ താഴെ കൊടുത്തിരിക്കുന്ന രീതിയിൽ ക്രമീകരിക്കുക.

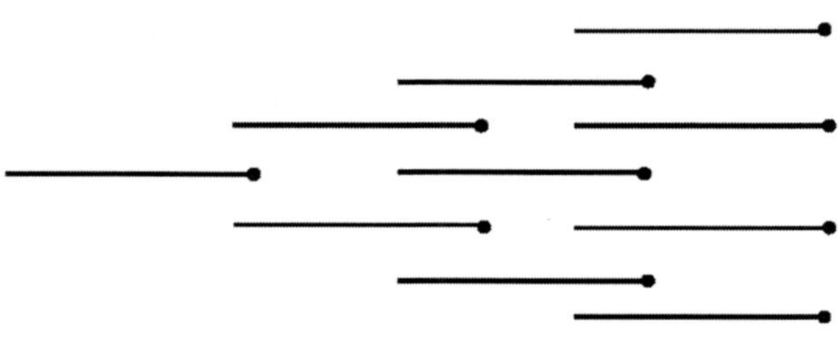

22
രണ്ട് നാലാക്കുക

ആദ്യത്തെ ത്രികോണത്തിലെ ഒരു കമ്പ് എടുത്ത് 4 എന്ന രൂപമാക്കുക.

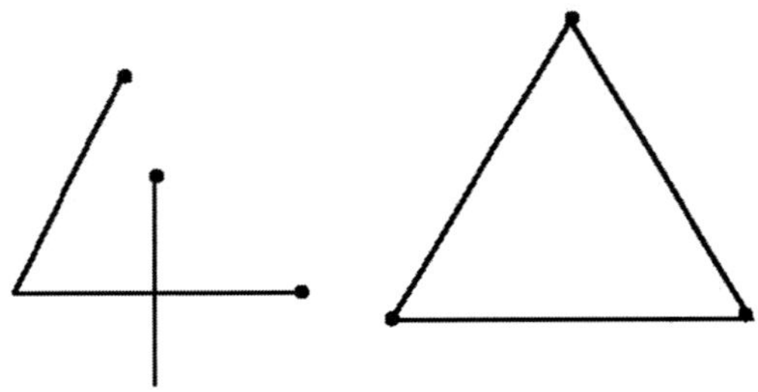

23
ആറ് മൂന്നാക്കുക

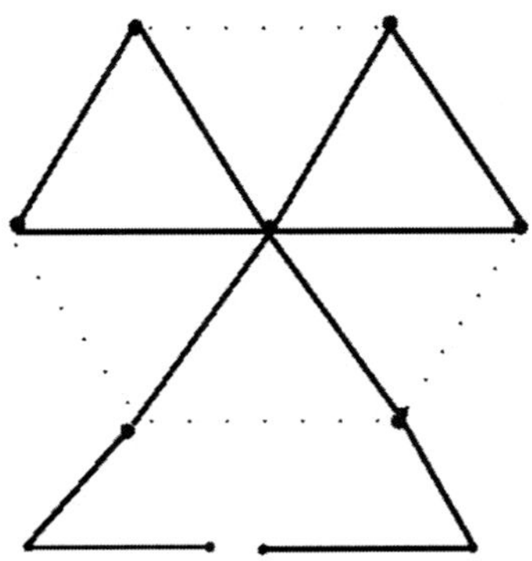

ചിത്രത്തിൽ കുത്തിട്ട്കാണിച്ച ഭാഗത്തെ കമ്പുകളാണ് നീക്കം ചെയ്തിട്ടുള്ളത്.

24
മൂന്ന് ചേർക്കുക മൂന്നാക്കുക

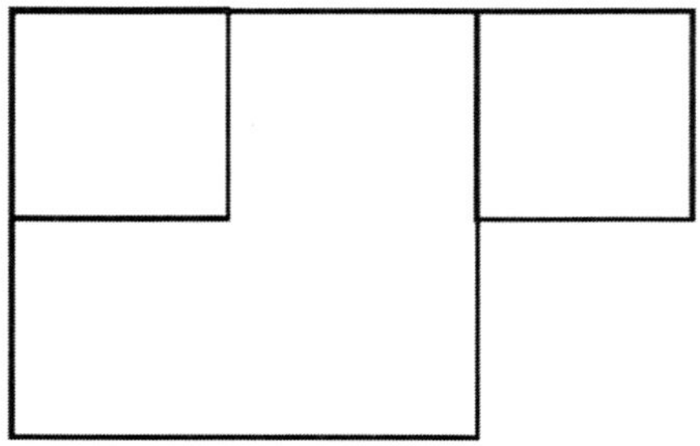

ചിത്രത്തിൽ ഒരു വലിയ സമചതുരവും രണ്ട് ചെറിയ സമചതുരങ്ങളും കാണാം

25
മൂന്ന് നാലാക്കുക

ഏതെങ്കിലും അറ്റത്തുള്ള ഒരു ത്രികോണത്തിന്റെ മൂന്ന് കമ്പുകൾ മാറ്റുക. മധ്യത്തിൽ ഒരു ത്രികോണം രൂപപ്പെടുത്തക്കവിധത്തിൽ മറ്റൊരു ത്രികോണം നിർമിക്കുക

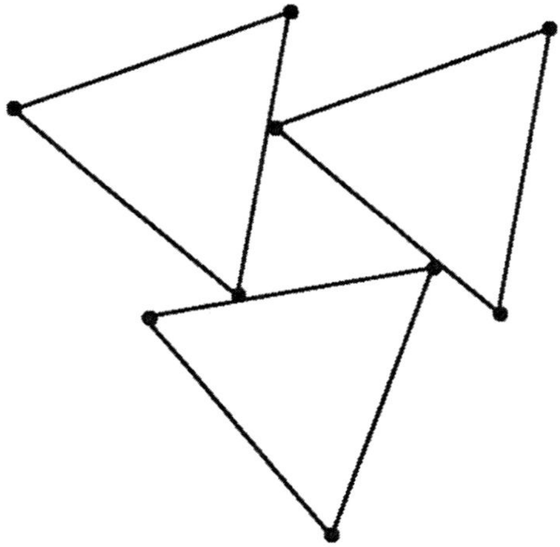

26
തുല്യമായി ഭാഗിക്കുക

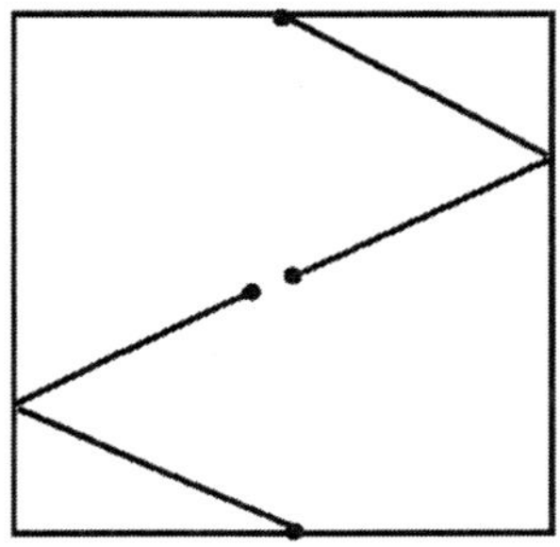

നാലു കമ്പുകൾ ചിത്രത്തിൽ കാണിച്ചിരിക്കുന്നതുപോലെ വെക്കുക. തുല്യവിസ്തീർണമുള്ള രണ്ട് ഭാഗങ്ങൾ കിട്ടും.

27
മൂന്ന് മാറ്റുക, മൂന്നാക്കുക

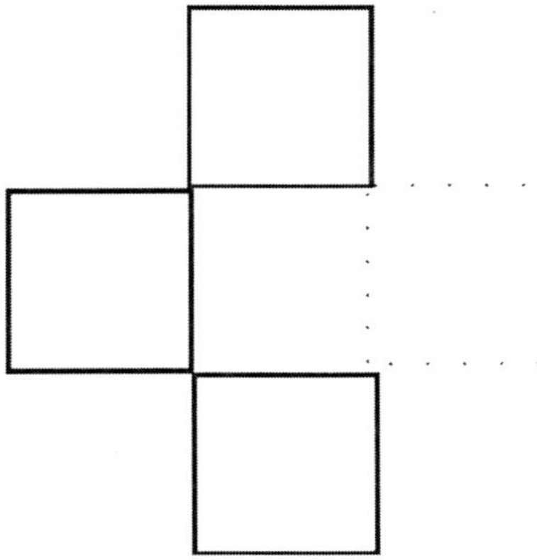

ചിത്രത്തിൽ കുത്തിട്ട് അടയാളപ്പെടുത്തിയ ഭാഗത്തെ കമ്പുകൾ നീക്കം ചെയ്യുക. ചിത്രത്തിൽ കാണിച്ചിരിക്കുന്ന സ്ഥാനങ്ങളിൽ വെക്കുക.

28
മൂന്ന് മാറ്റി ഏഴാക്കുക

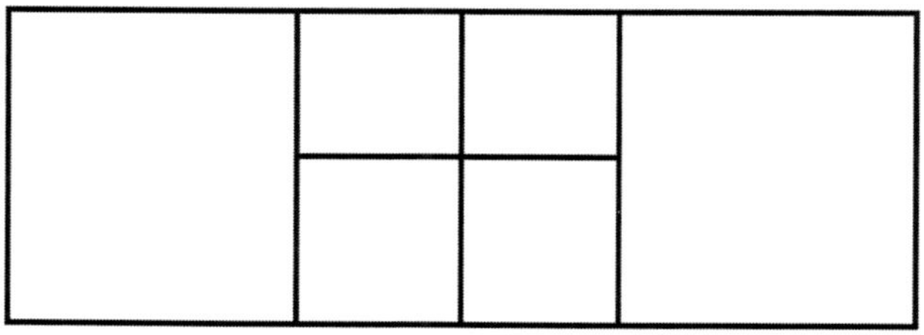

ചോദ്യത്തിൽ താഴെയുള്ള മൂന്ന് കമ്പുകൾ എടുക്കുക. ചിത്രത്തിൽ കാണിച്ചിരിക്കുന്നതു പോലെ ക്രമീകരിച്ചാൽ നാല് ചെറിയ സമചതുരങ്ങളും മൂന്ന് വലിയ സമചതുരങ്ങളും ലഭിക്കും.

29
മൂന്ന് മാറ്റുക, നാലാക്കുക

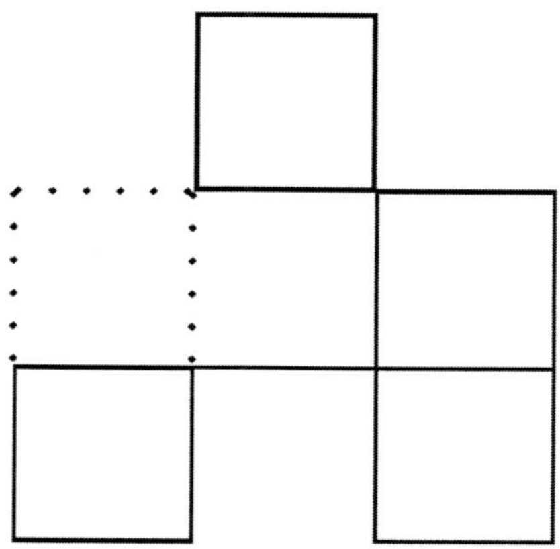

കുത്തിട്ട സ്ഥാനങ്ങളിലെ കമ്പുകളാണ് മാറ്റിയത്. മുകളിൽ പുതുതായി ഒരു സമചതുരം കാണാം. മറ്റ് രീതിയിലും ഉത്തരം കണ്ടെത്താം.

30
സമചതുരം പാടില്ല

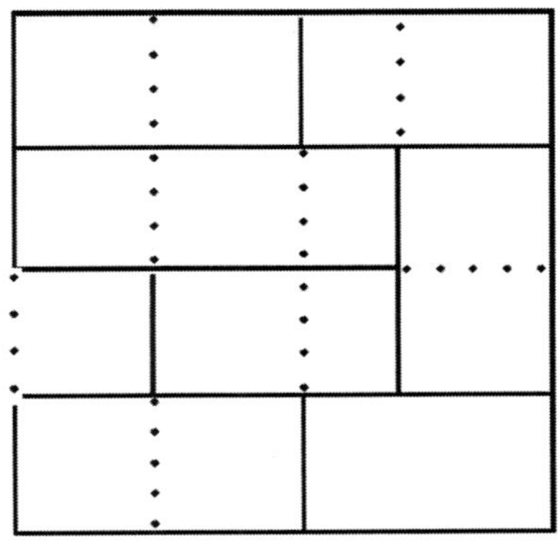

ഇങ്ങനെ വിവിധ രീതികളിൽ ക്രിയ ചെയ്യാം.

31
ഒമ്പത് പത്താക്കുക

കമ്പുകൾ താഴെ കൊടുത്തിരിക്കുന്ന രീതിയിൽ ക്രമീകരിക്കുക

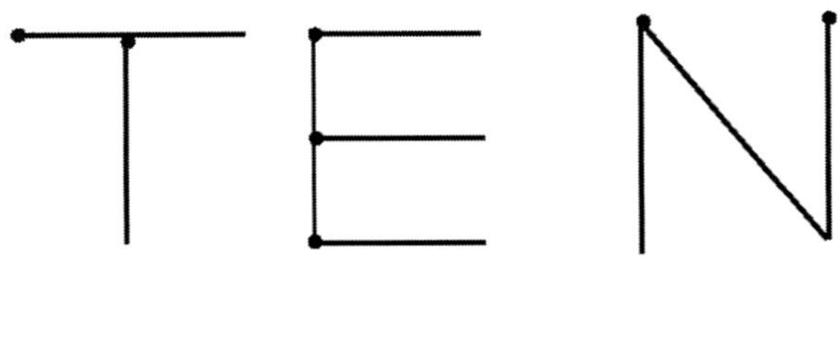

32
ആറ് മാറ്റുക പത്താക്കുക

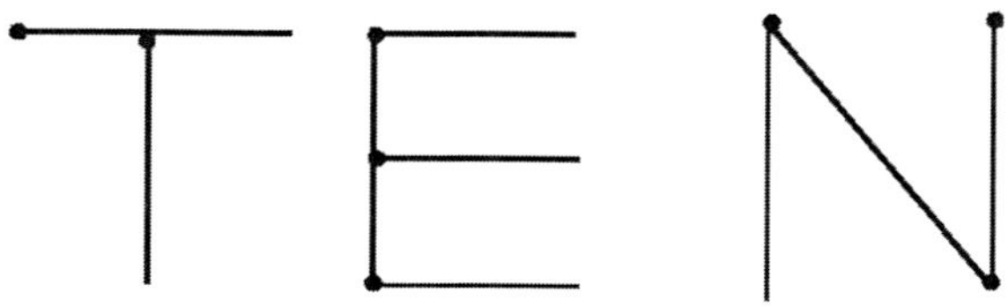

എന്ന് വരത്തക്ക രീതിയിൽ മറ്റ് കമ്പുകൾ നീക്കം ചെയ്യുക. ആറു കമ്പുകളായിരിക്കും നീക്കം ചെയ്യേണ്ടത്.

33
സമവാക്യം ശരിയാക്കുക (1)

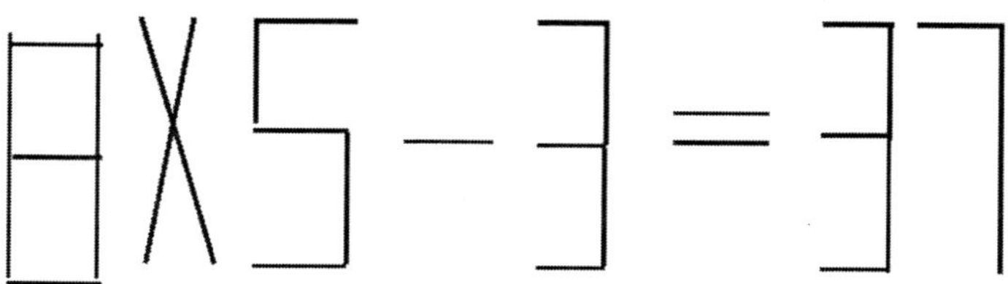

8ൽ നിന്ന് രണ്ട് കമ്പ് മാറ്റി മൂന്നാക്കുക 3 നോട് രണ്ട് കമ്പുചേർത്ത് 8 ആക്കുക.

34
സമവാക്യം ശരിയാക്കുക (2)

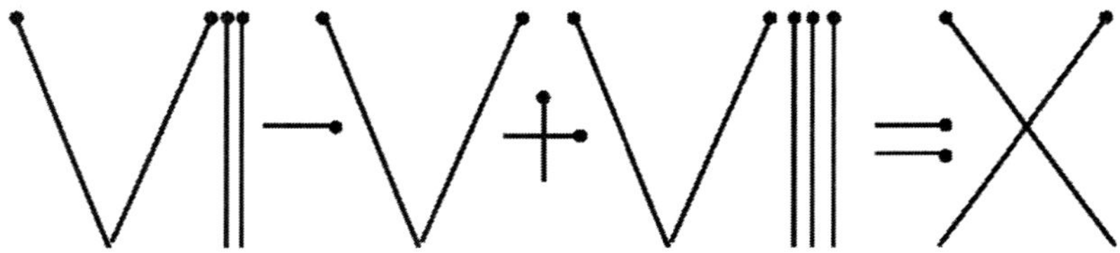

സങ്കലനചിഹ്നത്തിലെ ഒരു കമ്പ് മാറ്റി മൈനസ് ആക്കുക. മൈനസ് ചിഹ്നത്തോട് ഒന്ന് ചേർത്ത് പ്ലസ് ചിഹ്നമാക്കുക.

35
സമവാക്യം ശരിയാക്കുക (3)

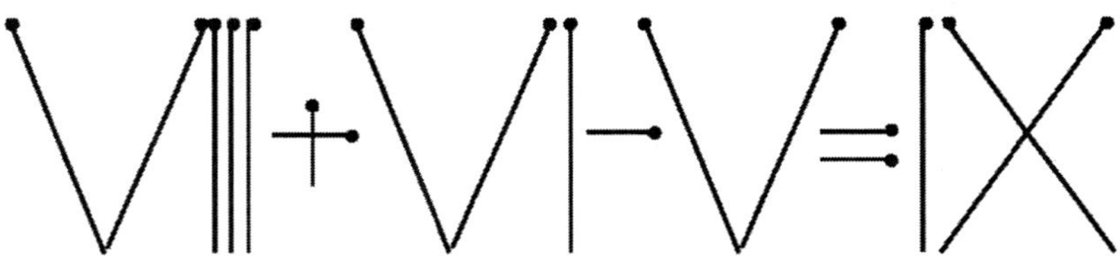

ചോദ്യത്തിൽ ആറിൽ കാണുന്ന ഒരു കമ്പ് നീക്കി ആറിനെ അഞ്ചാക്കുക. ചോദ്യത്തിലെ അഞ്ചിൽ ഒരു കമ്പ് ചേർത്ത് ആറാക്കുക 8+6–5=9 എന്ന് കിട്ടും. ഇത് ശരിയായ ഒരു സമവാക്യമാണല്ലോ

36
സമവാക്യം ശരിയാക്കുക (4)

ആദ്യത്തെ + ചിഹ്നത്തിൽ നിന്ന് ഒരു കമ്പ് നീക്കം ചെയ്ത് മൈനസ് ചിഹ്നമാക്കിയാൽ മതിയാകും.

37
രണ്ട് മാറ്റുക നാലാക്കുക

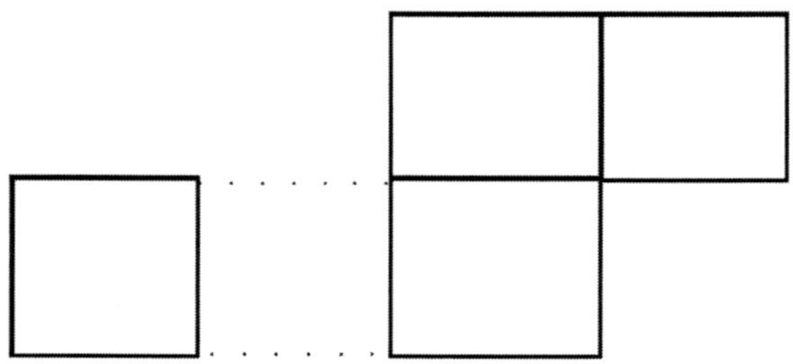

കുത്തിട്ട ഭാഗത്തെ കമ്പ് നീക്കിയിരിക്കുന്നു. ഇപ്പോൾ ചിത്രത്തിൽ നാല് സമചതുരങ്ങൾ കാണാം.

38
രണ്ട് നീക്കുക നാലാക്കുക

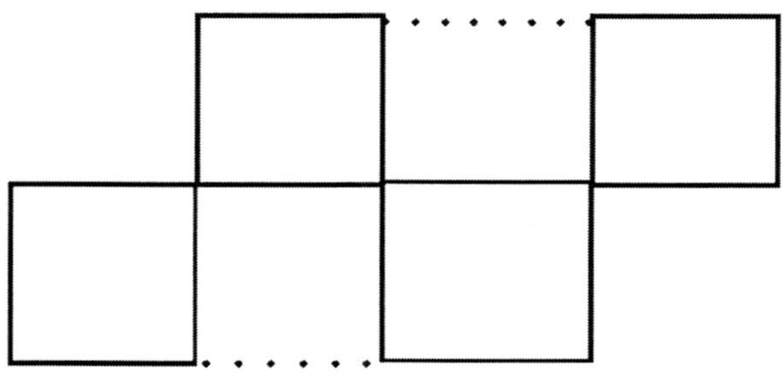

കുത്തിട്ട് കാണിച്ച ഭാഗത്തെ കമ്പുകൾ നീക്കം ചെയ്യുക. ആ കമ്പുകൾ ചിത്രത്തിൽ കാണിച്ച സ്ഥാനങ്ങളിൽ വെക്കുക, ഇപ്പോൾ ചിത്രത്തിൽ നാല് സമചതുരങ്ങൾ കാണാം.

39

രണ്ട് മാറ്റുക ആറാക്കുക

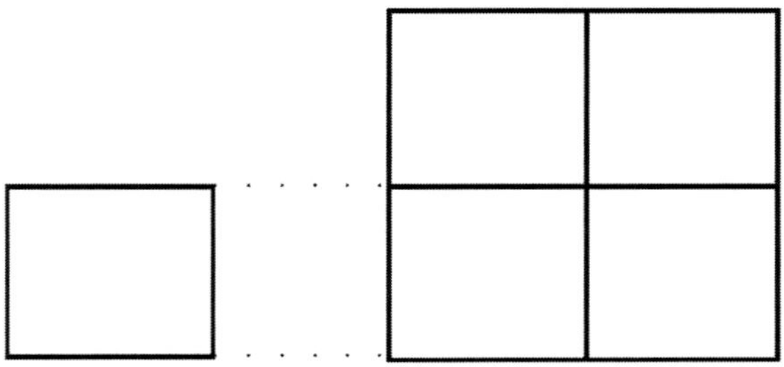

കുത്തിട്ട ഭാഗത്തെ കമ്പുകൾ മാറ്റിയിരിക്കുന്നു. കമ്പുകൾ ചിത്രത്തിൽ കാണിച്ചിരിക്കുന്ന ഭാഗത്ത് വെച്ചിരിക്കുന്നു. ഇപ്പോൾ ഒരേ വലിപ്പത്തിലുള്ള അഞ്ച് സമചതുരങ്ങളും ഒരു വലിയ സമചതുരവും കാണാം. അപ്പോൾ ആകെ ആറ് സമചതുരങ്ങൾ.

40

രണ്ട് മാറ്റുക എട്ടാക്കുക

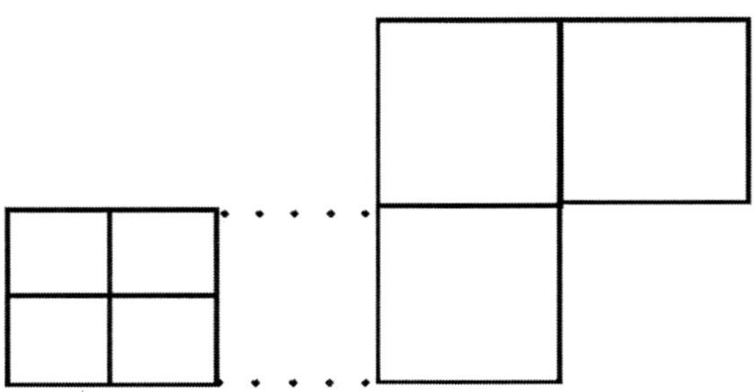

കുത്തിട്ട് കാണിച്ച ഭാഗത്തെ കമ്പുകൾ നീക്കം ചെയ്തിരിക്കുന്നു. ഈ കമ്പുകൾ ആദ്യത്തെ സമചതുരത്തിൽ വെച്ചിരിക്കുന്നു. ഇപ്പോൾ നാല് വലിയ സമചതുരങ്ങളും നാല് ചെറിയ സമചതുരങ്ങളും കാണാം. അതായത് ആകെ എട്ട് സമചതുരങ്ങൾ.

41
പതിനൊന്ന് ഒമ്പതാക്കുക

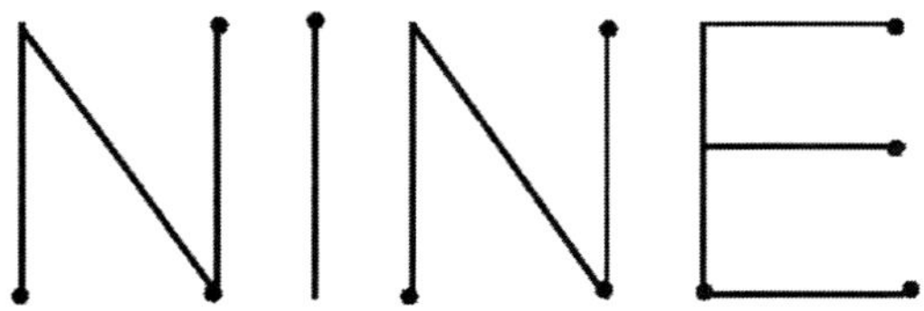

42
മൂന്ന് ആറാക്കുക

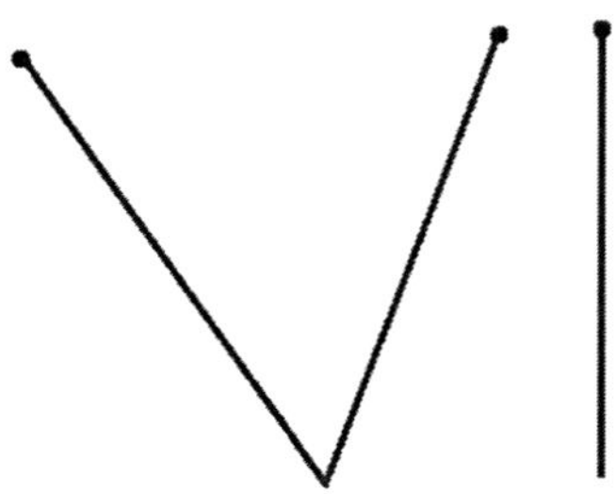

ഇത് റോമൻ ലിപിയിലുള്ള ആറ് ആണല്ലോ

43
ആറ് മൂന്നാക്കുക

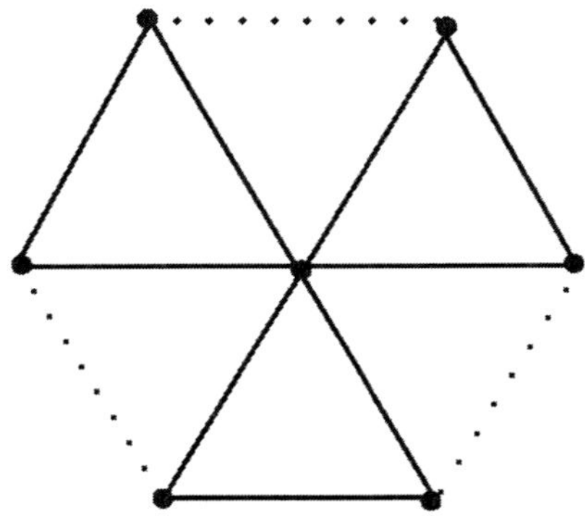

കുത്തിട്ട ഭാഗത്തെ 3 കമ്പുകൾ നീക്കം ചെയ്തിരിക്കുന്നു.

44
വീടിന്റെ ദിശ മാറ്റം

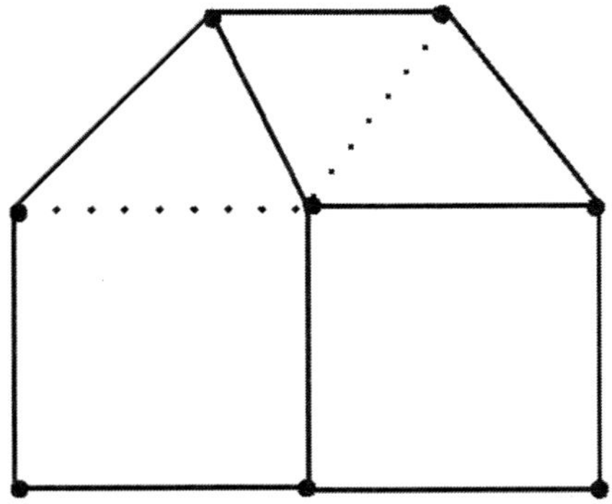

കുത്തിട്ട് കാണിച്ചിരിക്കുന്ന സ്ഥലത്തെ കമ്പുകളുടെ സ്ഥാനങ്ങളാണ് മാറ്റിയിട്ടുള്ളത്.

45
സമഷഡ്ഭുജമാക്കുക

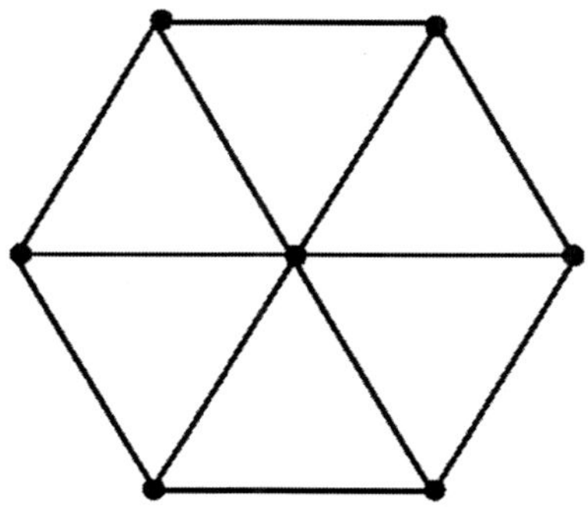

ഇടത്തെ അറ്റത്തുള്ള നാലുകമ്പുകൾ മാറ്റിയിരിക്കുന്നു. ഇവ ചിത്രത്തിൽ കാണിച്ചിരിക്കുന്നതുപോലെ ക്രമീകരിക്കുക. ഒരു സമഷഡ്ഭുജവും ആറ് സമഭുജത്രികോണങ്ങളും കാണാം.

46
സമയം നാലരയായി

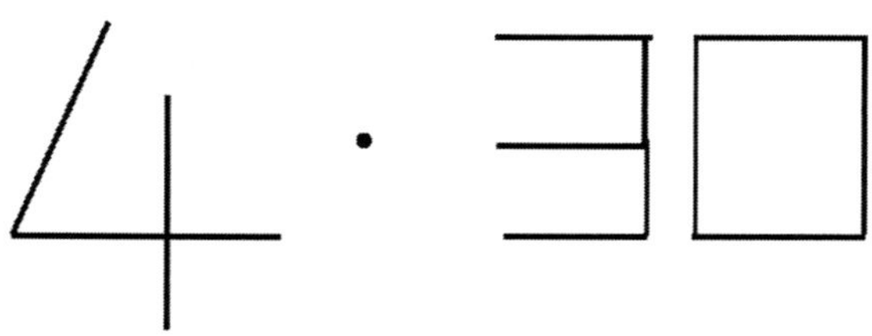

ത്രികോണത്തിന്റെ ഒരു കമ്പ് മാറ്റി 4 എന്നാക്കുക. സമചതുരത്തിന്റെ ഒരു കമ്പ് മാറ്റി 3 എന്നാക്കുക. ഇപ്പോൾ 4.30 എന്നായി. സമയത്തെ സൂചിപ്പിക്കുമ്പോൾ ഇത് നാലരയാണല്ലോ.

47
സമചതുരവും ത്രികോണങ്ങളും

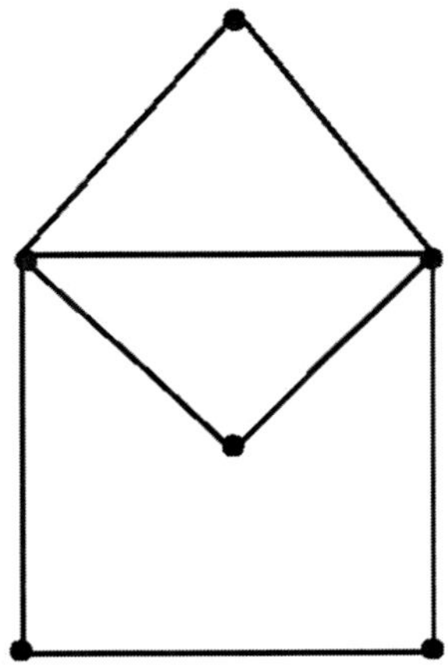

സമചതുരത്തിന്റെ മൂന്ന് കമ്പുകൾ നീക്കം ചെയ്യുക. ഈ കമ്പുകൾ ചിത്രത്തിൽ കാണിച്ചതുപോലെ വെക്കുക.

48
എങ്ങനെ ഏകദേശം ശരിയാക്കാം?

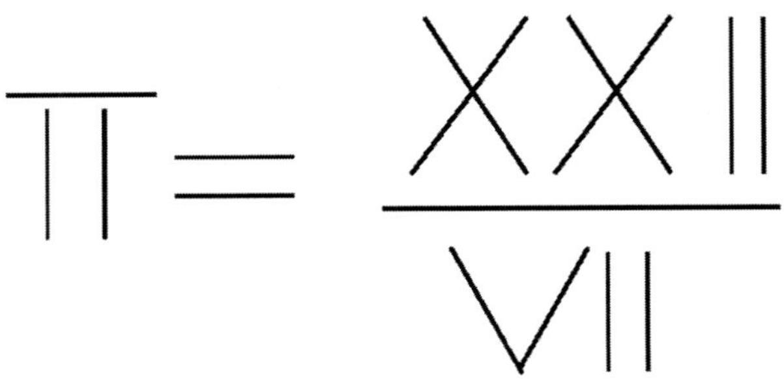

8 നെ സൂചിപ്പിക്കുന്ന സംഖ്യയിൽ നിന്ന് ഒരു കമ്പ് എടുത്ത് 2 നെ സൂചിപ്പിക്കുന്നതിന്റെ മുകളിൽ വെക്കുക. 2 ഇപ്പോൾ π ആകുന്നു. പൈയുടെ ഏകദേശവിലയാണല്ലോ 22/7

49
മൂന്ന് നാലാക്കുക

അവസാനത്തെ ത്രികോണത്തിലെ മൂന്ന് കമ്പുകൾ നീക്കം ചെയ്യുക. ആദ്യത്തെ രണ്ടു ത്രികോണങ്ങളുടെ ഇടയിൽ ചിത്രത്തിൽ കാണിച്ചതുപോലെ ഈ കമ്പുകൾ വെക്കുക.

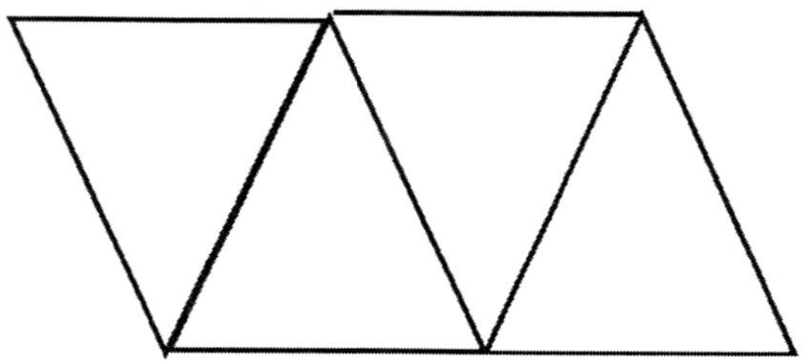

50
ആറ് കമ്പുകൾ മാറ്റുക

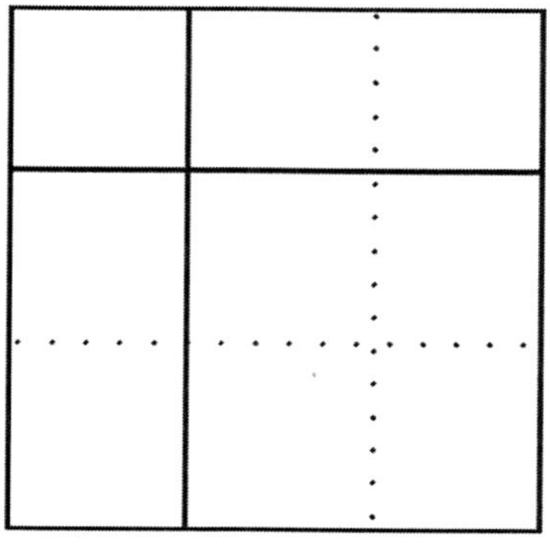

നീക്കം ചെയ്യേണ്ട കമ്പുകൾ ചിത്രത്തിൽ കുത്തിട്ട് കാണിച്ചിരിക്കുന്നു.

51
പതിനൊന്നും ഒന്നും

X + I = XI

IX + I = X

പതിനൊന്നിനെ സൂചിപ്പിക്കുന്നവയിൽ നിന്നും ഒരു കമ്പ് എടുത്ത് അവസാനം പത്തിന്റെ അടുത്ത് വെക്കുക.

52
ഒരു കമ്പുമാറ്റുക

X − VI = IV

X − VI = IV

XV + V = XX

X = VIII + II

VI = IV + II

X − VI = IV

53
ഒരു കമ്പുചേർക്കുക

$$\sqrt{I} = IV - III$$

$$XI - V = VI$$

$$XI - IV = VII$$

$$XII + IV = XVI$$

54
അഞ്ച് പ്രശ്നങ്ങൾ

1)

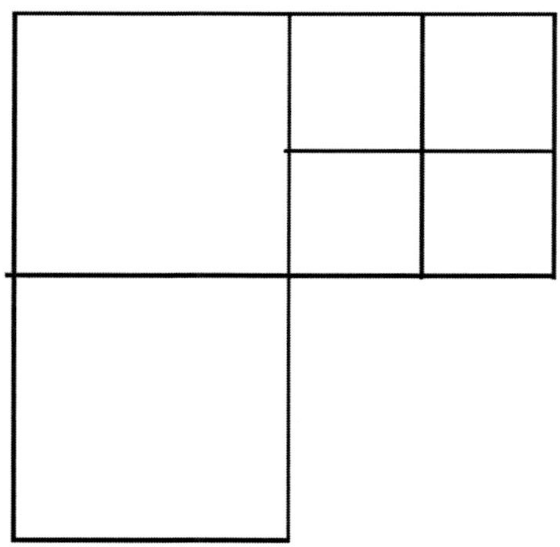

(2)

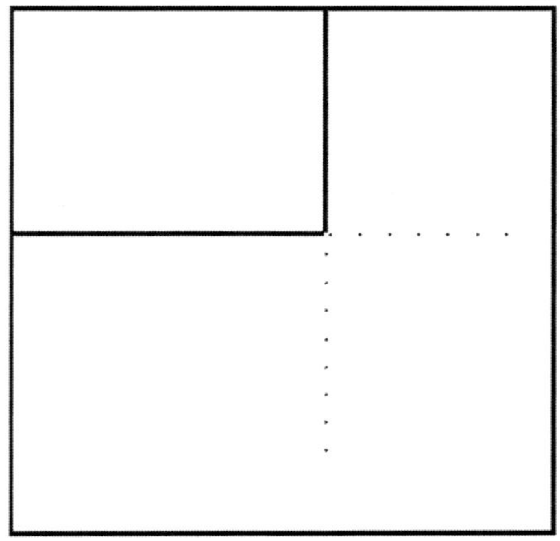

(3)

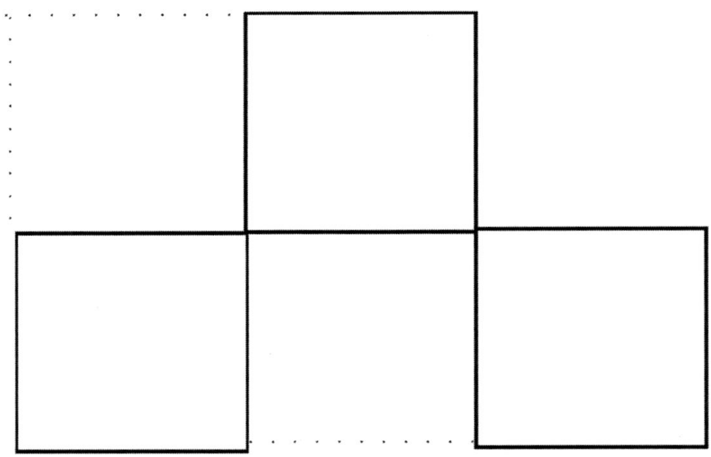

(4)

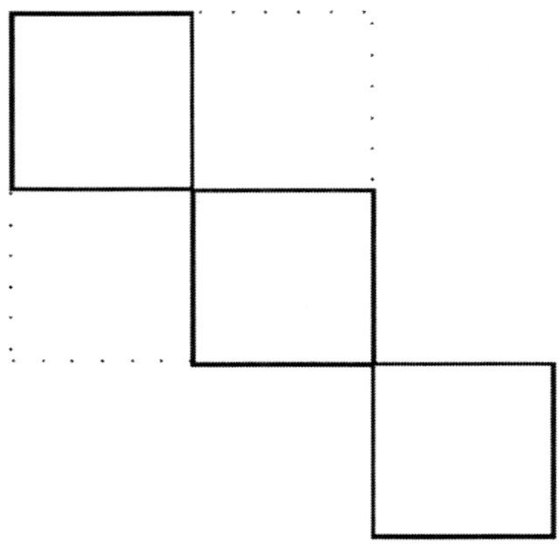

55
വിസ്തീർണ്ണ പ്രശ്നം

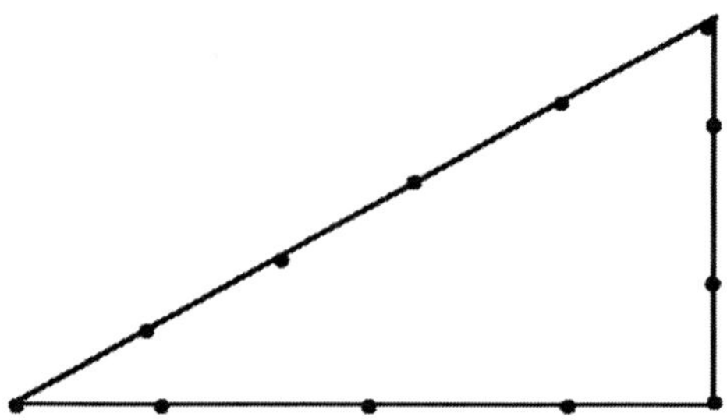

പന്ത്രണ്ട് കമ്പുകൾ ഉപയോഗിച്ചുള്ള ഒരു മട്ടത്രികോണം മുകളിൽ കാണാം. ഇതിന്റെ പാദം 4 യൂണിറ്റും ഉന്നതി 3 യൂണിറ്റുമാണ്. വിസ്തീർണം 6 യൂണിറ്റായിരിക്കുമല്ലോ.